வாழ்க்கையின் வண்ணப் பக்கங்கள்

ப்ரீத்தி

பாரதி
புத்தகாலயம்

Vaazhkayin Vanna Pakkangal (in Tamil)
Preethi
First Published: October, 2022
Published by
BHARATHI PUTHAKALAYAM
7, Elango Salai, Teynampet, Chennai - 600 018
Email: bharathiputhakalayam@gmail.com | www.thamizhbooks.com

வாழ்க்கையின் வண்ணப் பக்கங்கள்
பிரீத்தி
முதல் பதிப்பு: அக்டோபர், 2022
வெளியீடு:

பாரதி புத்தகாலயம்

7, இளங்கோ சாலை, தேனாம்பேட்டை, சென்னை - 600 018
தொலைபேசி : 044 24332424, 24330024, | விற்பனை: 24332924

அச்சு : மோகனா பிரிண்டர்ஸ், சென்னை - 600 014.

உள்ளடக்கம்

1

சாம்பலின் சாயல்

நள்ளிரவு. சென்னையின் புறநகர். ஆங்காங்கே தெருவிளக்குகள் எரிய, ஊரே அமைதியைத் தழுவி இருந்தது. எங்கோ நாய்கள் கூட்டமாக ஊளையிடும் சத்தம் சன்னமாகக் கேட்டது.

அந்த நள்ளிரவில் பரந்த வான்வெளியில் துணைக்கு நட்சத்திரப் பட்டாளம் இல்லாமல் தனியே விழித்திருந்தது அரை வட்ட நிலா. அதே போல் நான்கு சுவர்கள் மட்டும் இருக்கும் ஒற்றை அறை வீட்டில் தனியே துயில் கொண்டிருந்தாள் அவள்.

நல்ல ஆழ்ந்த உறக்கம். அதை அவளின் சுவாசம் பிரதிபலித்தது. அவ்வளவு சீக்கிரம் எதற்கும் எழும் நிலையைத் தாண்டிய ஆழ்ந்த உறக்கம்.

உறங்கும்போது ரசிக்கக்கூடாது என்பார்கள். ஆனால் உறங்கும்போதே நிலவிற்குப் போட்டிபோடும் அழகு என்றால் விழித்திருக்கும் போது?

வெளுத்தாற்போல் இல்லாமல் இந்திய கோதுமை நிறம். பார்த்ததும் ஈர்க்கும் முக வாக்கு. எதுவும் பூசாமல் சிவந்தாற்போல் இதழ்கள். அளவான ஆனால் கூர்மையான நாசி.

கண்கள்... அதை மூடிக்கொண்டிருந்ததால் வர்ணிக்க முடியவில்லையே. நல்ல வேளை; அவள் உறங்குகிறாள். வர்ணிப்பது தெரியாமல் போனது. தெரிந்தால்? தெரிந்தால் என்ன நடக்கும் என்பது போகப்போக பார்க்கலாம்.

அட.... ஏதோ அசைவு. மூடிய கண்களுக்குள் கண்மணிகள் திடீரென அலைபாய்ந்தது. அதன் அசைவு அதிகமானது. ‘வீர்ர்ர்....’ என்று கத்திக்கொண்டு கண்விழித்தாள். மூச்சு இரைத்தது.

மூச்சைக் கட்டுப்படுத்த முயற்சித்தாள். எழுந்து கால்கள் மடித்து உட்கார்ந்தவள், கண்ணிமைகளை இறுகப் பூட்டிக்கொண்டாள். காதுகளைக் கைகளால் அழுந்த மூடிக்கொண்டாள். முகத்தை இரு கால்கள் இடையில்

புதைத்துக்கொள்ள, எதையும் பார்க்கக்கூடாது, எதுவும் கேட்கக்கூடாது என்பது போல் இருந்தது அவளின் செயல்.

மிகுந்த மௌனம் அவளுள் பரவ, முகத்தை மெல்லத் தூக்கி கண்களை மெதுவாகத் திறந்தாள். அவளுக்குள் மறுபடியும் அதே போராட்டம். எலும்புக்கூடு முகமூடி அணிந்து பல உருவங்கள் அவளைத் தாக்குவது போல் இருந்தது.

வார்த்தைகள் வரவில்லை. மூச்சுக்காற்றுக்கு கஷ்டப்படுவதுபோல் மூச்சை இழுத்து இழுத்து விட்டாள். அது சமன் படவில்லை. இன்னமும் அந்த அமானுஷ்யங்கள் அவளைச் சுற்றுவதுபோல் இருந்தது.

கஷ்டப்பட்டுத் தடதடவென பக்கத்தில் இருந்த பொருட்களை உருட்டியவள், தேடி தண்ணீர் குவளையை எடுக்க முற்பட்டாள். சரியாக எடுக்காமல் பதட்டத்தில் எடுக்க, தண்ணீர் முழுவதும் கொட்டியது. அது கீழே விரிக்கப்பட்டிருந்த படுக்கையில் படர, படுக்கை ஈரமானது.

அந்த ஈரம் மெதுவாக அவளை அடைய, அது கொடுத்த குளுமையில் மூச்சிரைப்பு சற்று மட்டுப்பட்டது. பதட்டத்துடன் காலியான குவளையைக் கையில் எடுத்து, கால்கள் நடுக்கத்துடன் மெல்ல எழ முயற்சித்து, தட்டுத்தடுமாறி தண்ணீர் இருக்கும் இடத்தை அடைந்தாள்.

உள்ளே சென்ற தண்ணீர் அவளை சற்று ஆசுவாசப்படுத்தியது. மூச்சு சீராக இல்லாவிட்டாலும், மூச்சிரைப்பு இல்லை. மெதுவாக எழுந்து முகம் கழுவிக்கொண்டு, சாமிப்படங்கள் தொங்க விடப்பட்ட இடத்தில் சம்மணமிட்டு சாமியை பார்த்தவாறு உட்கார்ந்தாள்.

இப்போதுதான் அவள் கண்கள் நன்றாக தெரிந்தன. எதிரே இருந்த சாமியை சாதாரணமாகப் பார்த்தாளா... இல்லை வெறித்துப் பார்த்தாளா... தெரியவில்லை.

ஆனால் அந்த பார்வை. அந்த கண்கள். என்ன விழிகள் அது? அதுவும் அந்த கண்மணி!?! ஹேய்ஸல் (*Hazel*) என்று சொல்லப்படும் விழிகள். யார் பார்த்தாலும் அதில் மயங்குவது நிச்சயம். ஆனால் அந்த மயக்கும் கண்மணிகளில் இப்போது அசைவில்லை.

சில மணித்துளிகள் கழித்து... இப்போது அசைவு தெரிந்தது. கண்களில் அல்ல, அவள் உதட்டில். ஏதோ முணுமுணுத்துக் கொண்டிருந்தாள்.

கூர்ந்து கவனித்தால் மட்டுமே புரியும் அது கந்த சஷ்டி கவசம் என்று. என்ன ஆயிற்று இவளுக்கு? ஏன் இந்தப் பதட்டம்?

இதையெல்லாம் யோசிக்கும்முன் அப்படியே கவசம் சொன்னபடி சுருண்டு வெற்றுத் தரையில் படுத்துக்கொண்டாள். உறக்கம் அவளை மறுபடியும் ஆட்கொண்டது. ஒருவேளை கவசம் சொன்னது மனதைச் சமன்படுத்தவோ?

எவ்வளவு நேரம் அப்படியே உறங்கினாளோ, காலை ஜன்னலின் வழியில் வந்த வெளிச்சம், வீட்டில் எரிந்துகொண்டிருந்த விளக்கின் வெளிச்சத்தை விட உள்ளே பரவ, உறக்கம் தடைபட்டு கண்கள் லேசாகத் திறந்தன.

மெல்ல எழுந்தவள், கண்களைச் சுற்றியும் ஓடவிட்டாள். படுக்கை பாதி ஈரமாகவும் பாதி காய்ந்தும் இருந்தது. படுக்கையின் பக்கத்தில் இருந்த பொருட்கள் சிதறிக்கிடந்தன. மெதுவாக அவற்றைச் சீர்செய்தாள்.

பின் ஈரமான படுக்கையை எடுத்துக்கொண்டு அந்த ஒற்றை அறையில் இருந்த பால்கனியில் விரித்துக் காயப்போட்டுவிட்டு, அன்றாட காலைக் கடன்களை முடித்து, அடுப்பு இருந்த இடத்திற்குச் சென்றாள்.

காலை காஃபியில் ஆரம்பித்து, அடுத்தவேலையாக தையல் மெஷின் முன் அமர்ந்தாள். மதிய நேரம் எட்டும் வரை ஓயாமல் எதையோ தைத்துக்கொண்டிருந்தாள்.

பின் சாப்பிட வேண்டுமே என்று ஏதோ சமைத்துச் சாப்பிட்டுவிட்டு மறுபடியும் தையல் மெஷின் முன்!!!

'என்னடா இவள்?' என்று தான் தோன்றும். 'கை வலிக்காதா? கால் வலிக்காதா? சலிப்புத் தட்டாதா? எவ்வளவு நேரம் இப்படியே? பல கேள்விகள்.' ஆனாலும் தைத்துக்கொண்டே இருந்தாள்.

மாலை நேரம் நெருங்கும்போது, ஒரு வழியாக மெஷினில் இருந்து எழுந்தவள், அவளை ரெஃப்பிரஷ் செய்துகொண்டு, இவ்வளவு நேரம் போட்டுக்கொண்டிருந்த பழைய நைட்டியில் இருந்து வேறு உடைக்கு மாறினாள்.

அவள் தயாரானபின், அவளைப் பார்த்தால் ‘அட என்ன உடை இது?’ என்றே தோன்றும். ஆள் ஒடிசலாக இருந்தாள். ஆனால் உடையோ ஏதோ ஹேங்கரில் தொங்கவிடப்பட்டது போல தொளதொளவென தளர்ந்து இருந்தது.

முகத்தில் ஒன்றுமே இல்லை. ஒரு பொட்டோ பவுடரோ ஏதுமில்லை. மளமளவென தைத்த துணிகளை எடுத்துக்கொண்டு வீட்டிற்கு வெளியே வந்தாள். அன்றைய தினத்தில் முதல் முறை வெளியே!!!

கதவைத் தாளிட்டு படி இறங்கிக் கீழே வர, அங்கே அந்தக் குடியிருப்பில் இருக்கும் பெண்கள் ஒரு மார்க்கமாகப் பார்த்தார்கள். ஆனால் இவள் யாரையும் பார்க்கவேயில்லை.

கண்களை அலையவிடாமல் நேராக நடக்க, அவள் கால்கள் நின்ற இடம் "*MSG Exports*".

படியேறி அந்த இரண்டு மாடிக் கட்டிடத்தின் முதல் தளத்தில் இருந்த மேலாளர் அறைக்குச் சென்றாள். அவள் கதவை தட்டிக்கொண்டு உள்ளே செல்ல, இவளைப் பார்த்த மேலாளர் மைதிலி, "வா மிதுலா" என்றார் புன்னகை முகத்துடன்!!!

....

“**மே**டம்! இப்போதான் உங்க கதைல மைதிலின்னு இரண்டாவது கேரக்டர் என்ட்ரி குடுத்துருக்காங்க” என்று நேர்காணலில் ஈடுபட்டிருந்தவள் சொல்ல, தன் வாழ்க்கையின் கடந்தகாலப் பக்கங்களைச் சொல்லிக்கொண்டிருந்த மிதுலா சிறிய புன்னகையுடன் "ஆம்" என்பது போல் தலையசைத்தாள்.

(2)

முனைவர் பட்டப்படிப்புக்கான ஆய்வறிக்கை நேர்காணலில் ஈடுபட்டிருந்தனர் ஆதவனும், மங்கையும்.

மிதுலா தற்போது முற்றிலும் மாறுபட்ட தோற்றத்தில் இருந்தாள். தொளதொளவென முன்பு போட்டிருந்த உடையில்லாமல் அழகான முக்கால் கைவைத்த வெளிர் சந்தன நிற காட்டன் சுடிதார் அணிந்திருந்தாள். ஆயினும் எந்த ஒப்பனையும் இல்லை. முன்பு போல் துடைத்த முகம்.

“உங்களுக்கு நைட் என்ன ஆச்சு? எதுனால பயந்தீங்க? எப்படி மேடம் தனியாவே தான் இருந்தீர்களா? யார்கூடவும் பேசாம? நாலு சுவருக்குள்ள?" என்று கேள்விகளை இருவரும் வரிசையாக அடுக்க, அதற்கும் புன்னகையுடன் தலையசைத்து,

"எனக்கு யார்கூடவும் பேசப் பிடிக்காது" என்றவள், அவள் கடந்த கால பற்றற்ற, நாட்டமில்லாத, மன அழுத்தங்கள் மட்டுமே நிரம்பிய, மங்கிய சாம்பல் வண்ணம் பூசிய பக்கங்களை மறுபடியும் புரட்ட ஆரம்பித்தாள்.

....

MSG Exports மேலாளர் மைதிலி, இவளைப் பார்த்ததும் உள்ளே வரச்சொன்னார்.

அவர் புன்னகைக்க, அதற்கு எந்தப் பிரதிபலிப்பும் இல்லாமல் அவள் தைத்த துணிகளை அவரிடம் கொடுத்தாள். அங்கிருந்த ஒரு டேபிளின் மேல் வைக்கச்சொன்னவர், அவளை அங்கிருந்த நாற்காலியில் உட்காரச்சொல்லிவிட்டு யாரையோ போனில் அழைத்தார்.

இத்தனை நடந்தும் எந்த முகபாவத்தையும் காட்டாமல் உட்கார்ந்திருந்தாள் மிதுலா. அவளும் பேசவில்லை அவரும் பேச்சுக்கொடுக்கவில்லை. சில மாதங்கள் முன் அவள் தன்னிடம் பேசி இந்த வேலை எப்படி வாங்கினாள் என்பதை மனதில் அசைப்போட்டார் அவர்.

தினமும் அவளைப் பார்க்கும் போது தோன்றும் நினைவுகள்.

சில மாதங்களுக்கு முன் 'தனக்கு வேலை வேண்டும்' என்று கேட்டுக்கொண்டு மிதுலா அவரை பார்க்க வந்திருந்தாள்.

"மேடம், எனக்குத் தைக்கத் தெரியும். தையல் பயிற்சி எடுத்திருக்கேன். இப்போ நான் இருக்குற நிலைமைக்கு கண்டிப்பா ஒரு வேலை வேணும்" என்று தையல் சான்றிதழ்களை அவரிடம் கொடுத்தாள்.

அவர் அவளைப்பார்க்க, அந்த நொடி அவர் மனதில் ‘நல்ல அழகு; ஆனால் அதற்கு ஏற்றாற்போல் தன் தோற்றத்தைக் காட்டிக்கொள்ளவில்லை. முகம் அழுது வடிந்து கொண்டிருக்கிறது.’

ஏதோ ஒன்று அவர் மனதில்... அவளுக்கு உதவ வேண்டும் என்று ஆணித்தரமாய் சொன்னது.

சான்றிதழ்களைப் பார்த்துவிட்டு "சரி, நாளைலருந்து வேலைக்கு வந்துடு. காலைல ஒன்பதுமணிக்கு" என்று அவர் இன்னும் பேசவரும்முன் அவள் குறுக்கிட்டாள்.

"என்னால இங்க வந்து வேலை செய்யமுடியாது மேடம். நான் வீட்ல இருந்து வேலை பாக்கறேன். எப்படியாச்சும் பிரயத்தனப்பட்டு, நீங்க நினைக்கிறத விட அதிகமா செய்துகாட்டுவேன். ஒரு வாய்ப்பு குடுங்க" என்றாள் ஒரு தோரணையில்.

ஏனோ அவள் திமிராகப் பேசுவதுபோல் அவருக்கு தெரியவில்லை. அவரின் அனுபவம் அவரை யோசிக்கவைத்தது. இருந்தாலும் அவளின் வெளிப்படையான இந்தப் பேச்சு சற்று இறுக்கத்தை கொடுக்க, அவளையே ஆழ்ந்து பார்த்தார் 'மேலே சொல்' என்பதுபோல்.

பின் அடுத்த ஒரு ஐந்து நிமிடம் அவள் என்ன சொன்னாலோ, அவர் பார்வையின் தன்மை இளகிக்கொண்டே இருந்தது. ஆனால் அதைச் சொல்லும்போது அவள் உணர்ச்சிவசப்படவில்லை. கெஞ்சலும் இல்லை. ஒரே நேர்பார்வை.

"என் மேல நம்பிக்கை இருந்தா குடுங்க. நீங்க சொல்றதை விட என்னால அதிகமா வேலை பாக்க முடியும். என்னோட வீட்டு அட்ரெஸ், ஒரிஜினல் அடையாள அட்டை எல்லாமே தரேன் உங்களுக்கு நம்பிக்கை வர்றதற்கு" என்றாள் திடமாக.

அந்த கண்களில் மறுபடியும் கெஞ்சல் இல்லை. ஆனாலும் தேவை தெரிந்தது.

"எனக்கு நான் பாதுகாப்பா நினைக்கிறமாதிரி வேலை வேணும். நான் முன்ன செஞ்ச வேலைல அந்தப் பாதுகாப்பு கிடைக்கல. அங்க வேலைபாத்தப்ப ஒரு நாலாயிரம் ரூபாய் சேர்த்து வைத்திருக்கிறேன். அத வைப்புத்தொகையா வெச்சுட்டு என்னை வேலைக்கு எடுத்துக்கோங்க" என்றாள் 'கொடுங்கள் நான் செய்து காட்டுகிறேன்' எனும் கூர்மையான பார்வையுடன்.

அவர் பதில் பேசாமல் இருக்க, அவளே தொடர்ந்தாள். "என் வீட்ல என்னோட மின்சாரத்துல என்னோட மெஷின்ல தைக்கிறேன். அதற்கான பணத்தைக்கூட நான் கேட்க மாட்டேன்... ஆனா நீங்க... நான் வீட்ல இருந்து வேலை பாக்கச் சம்மதிக்கணும்.

என்னோட வேலையப் பாத்துட்டு நீங்க சம்பளம் குடுத்தா போதும்"

அவள் பேசிய விதம், அவள் கொடுத்த வாக்குறுதி, அவளின் நம்பிக்கை அவரின் முகத்தில் புன்னகையின் படரச்செய்தது.

“உன்ன நான் நம்பறேன். என்னோட சொந்தப் பொறுப்புல உனக்கு வேலை தரேன். ஒரு நாள் இங்க இருந்து என்ன தைக்கணும் எப்படித் தைக்கணும்னு பாத்துப் புரிஞ்சுக்கோ” என்றார் அதே புன்னகையுடன்.

அப்போதும் அவள் பதில் புன்னகையோ இல்லை நன்றியுடன் கண்கள் கலங்கவோ இல்லை. கைகூப்பி நன்றி தெரிவித்தாள் உணர்ச்சிகள் துடைத்த முகத்துடன். ‘இவளிடம் ஏதோ இருக்கிறது’ என்று மட்டும் புரிந்தது அவருக்கு.

இதோ இன்று... அவர் முன் உட்கார்ந்திருக்கிறாள். அதே நிமிர்வுடன். ஆனால் என்ன, வேலைப் பளு அவளை இன்னமும் சோர்வுடன் காட்டியது. இருக்காதா என்ன? ஒரு நாளில் ஒருவர் செய்யும் வேலயை விட மூன்று பங்கு அதிகமான வேலை எடுத்துச் செய்கிறாளே...

அவர் எவ்வளவு சொல்லியும் கேட்கவில்லை. வேலை மட்டும் மூன்று மடங்கு இல்லை. அவளின் சம்பாத்தியமும் கூட.... இருந்தும் அவருக்குப் புரியவில்லை ‘ஏன் இந்தக் கோலம்?. நன்றாக தன்னை காட்டிக்கொள்ளலாமே’ என்ற எண்ணம்.

அவரும் எதையும் கேட்கவில்லை. அவளும் அமைதியாக, அடுத்த நாள் வேலைக்காக பொருட்களைப் பெற்றுக்கொண்டு சென்றாள்.

வீடு திரும்பும் போது, இரண்டு நாட்களுக்குத் தேவையான காய்கறி மட்டும் வாங்கிக்கொண்டாள். அதுவும் விற்பவனிடம் எதுவும் பேசாமல். ‘அழகா இருக்கான்னு திமிரு. அழுத்தக்காரி’ என்று நினைத்தான் அவன்.

‘உன் நினைப்பு என்னை ஒன்றும் செய்யாது’ என்பது போல் அலட்சியமாகத் தட்டிவிட்டுச்சென்றாள்.

வீட்டிற்குச் சென்றவுடன்... மறுபடியும் தையல் மெஷின் முன். ஆக... ஒரு நாளில் அவள் காலைக்கடன்கள், அவசரத் தேவைகள்,

சாப்பிடுவது மற்றும் தூங்குவது தவிர மொத்த நேரமும் மெஷினின் முன்னால்...இப்படி இருந்தால் மூன்று மடங்கு வேலை ஏன் செய்யமுடியாது?

அன்றைய இரவும் தூக்கம் தடைபட்டது. அதே கத்தல். அதே பயம். அதே அமானுஷ்யம். அதே கவசம். ஆனால் நேற்றைய இரவு போல் தூக்கம் வரவில்லை. கவசத்தையே எவ்வளவு முறை பாடினாள்? தெரியாது...

ஆனால் சூரியஒளி வீட்டில் விழும்போது எழுந்து தன் தினசரி வேலையை.. அதுதான் வேறென்ன... தைப்பதைத் தொடர்ந்தாள்.

அன்றும் அதே போல் கம்பெனிக்குச் சென்று பொருட்களை வாங்கிவரும்போது, நேற்றைய இரவு தூக்கமின்மையால் அவளால் சுறுசுறுப்பாக நடக்க முடியவில்லை.

அதுவும் அஸ்தமனமாகப்போகும் சூரியன் தன்னுடைய வேலையை ஓவர்டைம் செய்வது போல சுட்டெரித்துக்கொண்டிருந்தது.

எதிர் சூரியன். கண்கள் கூசியது. தூக்கமின்மை. கண்கள் சொருக பார்த்தது. கால்கள் அவள் நடையை ஏற்க மறுக்க, தலை கட்டுப்பாட்டையும் இழந்து, சுற்றப்போகும் நொடி, கீழே விழும்முன்... யாரோ அவள் விழாமல் தாங்கிப்பிடிக்க, சட்டென தலையை உலுக்கி தன்னிலைக்கு வர முயற்சித்தாள்.

கண்கள் செருகினாலும், அவன் முகம் நன்றாகவே அவளால் பார்க்க முடிந்தது!

....

கதை கேட்டுக்கொண்டிருந்த ஆதவன் "மேடம். உங்களுக்குப் பேசத் தெரியுமான்னு யோசிச்சேன். ஆனா, நீங்க வேலை கேட்ட விதம், சான்ஸ்ஸே இல்ல. என்ன ஒன்னு, அவங்ககிட்ட என்ன சொன்னீங்கன்னுதான் தெரில" என சொல்ல, அவனைப் பார்த்து மிதுலா புன்னைகைத்தாள்.

"சூப்பர் மேடம். நெஸ்ட் கேரக்டர் என்ட்ரி. உங்க ஹீரோவா?" மங்கை கேட்க, இப்போது முறைப்புடன் கூடிய புன்னைகையை உதிர்த்தாள் மிதுலா.

(3)

"நம்ம ஹீரோ பெயர் என்ன மேடம்? பார்க்க எப்படி இருந்தாரு? என்ன பேசினீங்க சொல்லுங்க?" என்று பெரும்பாலும் அந்த வயதுப் பெண்களுக்கே உள்ள ஆர்வத்துடன் கேட்டாள் மங்கை.

அவளின் ஆர்வத்தைப் பார்த்த மிதுலாவிற்குச் சிரிப்பு வர, அவர்கள் இருவரின்முன், முதல் முறையாக வாய்விட்டுச் சிரித்தாள்.

மிதுலா சிரிப்பதைப் பார்த்த ஆதவன் "மேடம், உங்க கதைல எங்கயும் இதுவரைக்கும் சிரிக்கல. பட் இப்போ... இதுல இருந்து தெரியுது நீங்க கடந்து வந்த பாதை எவளோ கடினமா இருந்துருக்கும்ன்னு"

அவள் சிரித்தமுகத்தில் புன்னகை தேங்கி நின்றது.

மங்கையின் புறம் திரும்பி "அப்போ இருந்த மிதுலாட்ட கேட்டிருந்தா என்னசொல்லணும்னு தெரிஞ்சுருக்காது" என்று நிறுத்திப் புன்னகைத்தவள் "அவன் எப்படியிருந்தான்னு சொல்லணும்ன்னா... பாக்க நல்லாவே இருந்தான்" என்றாள்.

"மேடம், என்ன பேசினீங்க சொல்லுங்க?" மங்கை ஆர்வத்துடன் கேட்க, கடந்து சென்ற வாழ்க்கையின் பக்கங்களை மறுபடியும் புரட்ட ஆரம்பித்தாள்.

....

அவன் அவளைத் தாங்கிப்பிடிக்க, மிதுலா சட்டென அவனிடம் இருந்து விலகினாள். "இல்ல... கீழ விழப்போனீங்க. அதுதான் உதவினேன்" தன்னிலை விளக்கம் கொடுத்தான் அவன்.

"தேங்க்ஸ்" என்று சொல்லிவிட்டு தடுமாறி அவள் நடக்க ஆரம்பிக்க, அவள் பின்னே வந்தவன் "உங்களால முடியல. நான் வரேன் உங்க துணைக்கு" அவள் அவனின் பேச்சைக் கேட்டால் தானே? எதுவும் செவியை அடையவில்லை.

"கைல இருக்ற பையை குடுங்க. நான் எடுத்துட்டு வரேன்" அவன் கேட்க, தள்ளாடி நடந்தாலும், அவளிடம் பதிலில்லை.

"முடியலைனா ஆட்டோல போலாம்ல?"…. ஹ்ம்ம் ஹ்ம்ம். மௌனமே பதில். தவறிக்கூட திரும்பி அவனைப் பார்க்கவில்லை.

'பாஹ். என்ன ஒரு அழுத்தம்?' என்றே நினைத்தான் அவன். எப்படியோ தள்ளாடி வீடு வந்து சேர, அவன் பின்தொடர்வதை நிறுத்தவில்லை. கூடிப்பேசும் பெண்கள், ஒரு ஆண் அவளுடன் வருவதைப் பார்த்து ஏதோ குசுகுசுவென பேச, இதற்கும் எந்தப் பிரதிபலிப்பும் இல்லை அவளிடம்.

வீட்டுக்கதவை அவள் திறந்து, உள்ளே சென்று தாளிட்டுக்கொள்ள நினைக்க, கதவை மூட விடாமல் தடுத்தான். அதுவரை அவனைப் பார்க்காது… எங்கோ பார்த்திருந்த கண்கள், இப்போது அவனை 'என்ன' என்பது போல் பார்த்தன.

"ஏங்க… இவ்வளவு தூரம் வந்துருக்கேன். நீங்க பத்திரமா வந்து சேர… வீட்டுக்குள்ள தான் கூப்பிடவேணாம். கர்ட்டஸிக்கு ஒரு தேங்க்ஸ் சொல்லலாமே" என்றான் சற்று கோபத்துடன்.

அவளின் முகத்தில் எதையும் காட்டிக்கொள்ளாமல் "நான் அங்கேயே தேங்க்ஸ் சொன்னேனே? கேட்கலயா??? அப்பறம் நான் உங்களை என்கூட துணைக்கு வரச்சொன்னேனா? இல்ல உதவி கேட்டேனா? இல்ல, ஏதாச்சும் பேசினேனா? ஏதோ நீங்களா வந்தீங்க… அவ்ளோதான்" என்று சொல்லிவிட்டு, அவள் பேசியதில் அவன் அசந்த சமயம், கதவை சட்டெனத் தாளிட்டுக்கொண்டாள்.

அவனுக்கு அவள் 'என்ன பேசினாள்' என்பது புரிய சில நொடிகள் எடுத்தன. அதுவும் முகத்தில் அறைந்தாற்போல் கதவை அடைத்தது, இருந்த கோபத்தை இன்னமும் அதிகப்படுத்தியது.

அதே கோபத்துடன், கதவை வேகமாக உதைத்து விட்டு அங்கிருந்து சென்றான். உள்ளே சென்ற அவளோ, போனவுடன் தைக்க ஆரம்பிக்காமல், படுக்கையில் படுத்தாள் சோர்வாக இருந்ததால், எதையோ யோசித்துக்கொண்டிருந்தாள். ஒருவேளை வந்தவனைப் பற்றியோ? என நாம் நினைத்தால், 'இல்லவே இல்லை' என்றது அவளின் முணுமுணுப்பு.

'தூக்கத்தோட தைத்தா சரிவராது. இப்போவே தூங்கிட்டு காலைல சீக்கிரம் எந்திருச்சி தைக்கலாம்' என்று முணுமுணுத்துக்கொண்டே தூங்கிவிட்டாள்.

நள்ளிரவு கத்தல், பயம், கவசம் எதுவுமில்லை. நல்ல உறக்கம். விடியலுக்கு முன்னே எழுந்து வேலையில் மூழ்கினாள்.

அன்று கம்பெனியில் இருந்து திரும்ப வரும்போது, ஒரு இடத்தில் அவளைக் குறுக்கிட்டு ஒருவன் தடுத்தான்.

'யார்' என்று நிமிர்ந்து பார்க்க. அவனே தான். புருவங்கள் முடிச்சிட்டன. அதுவும் ஒரு நொடிதான். பின் உணர்ச்சிகள் துடைத்த அதே முகம்.

அவள் எதுவும் பேசாமல் நிற்க, அவனேதான் பேச வேண்டியிருந்தது. "இப்போ எப்படி இருக்கீங்க? உடம்பு பரவால்லயா?"

'நன்றாக இருக்கிறேன்' என்று பதில் சொல்வாள் என்று அவன் எதிர்பார்க்க, அவளோ அந்தப் பதிலைத் தலையசைப்புடன் சொல்லிவிட்டு அங்கிருந்து நகர்ந்தாள். அவள் போகும் தடம் மறையும் வரை அவளையே பார்த்து நின்றுகொண்டிருந்தான்.

நாட்கள் நகர்ந்தன. அவளுடைய வழக்கம் மாறாமல் அதே வேலைகளைச் செய்துகொண்டிருந்தாள்.

ஒரு நாள் மாலை அவள் வீட்டிற்கு வந்துகொண்டிருக்கும்போது, அவளை நடக்க விடாமல் குறுக்கில் நின்றான் அவன்.

"உங்ககிட்ட பேசணும்" என அவன் சொல்ல, பதில் ஏதும் சொல்லாமல் அவனையே பார்த்தாள்.

"ஐம் கவுதம். நான் இதுல இருக்க Systech Inc'ல தான் வேலை பாக்கிறேன்" என்று அருகில் இருந்த ஒரு SEZ வளாகத்தைக் காட்டினான். அவள் அந்தக் கட்டிடத்தைப் பார்க்கவில்லை. அவனையே பார்த்தாள்.

அவன் தொடர்ந்தான். "உங்களை டெய்லியும் இந்த டைம் இங்க பாப்பேன். உண்மைய சொல்லணும்னா, உங்களப் பாக்கவே இந்த நேரம் இங்க வருவேன்" நிறுத்தி அவள் உணர்வுகளைப் படிக்க முயன்றான். எப்பொழுதும் போல் எந்த உணர்ச்சியும் இல்லை.

"அப்படி டெய்லியும் வரப்பதான், ஒரு நாள் உங்களுக்கு முடியாம போனதைப்பாத்து உங்களுக்கு ஹெல்ப் பண்ணேன்."

அவனை அதற்குமேல் பேசவிடாமல் "தேங்க்ஸ்" என்று சொல்லிவிட்டு, குறுக்கே நின்றவனைச் சுற்றிக்கொண்டு, அவனைக் கடந்து நடந்தாள்.

அவன் கால்கள் எட்டவைத்து அவளுக்கருகில் நடந்து கொண்டே "ப்ளீஸ்! நான் சொல்றத கேட்டுட்டு போங்க... நீங்க அன்னைக்கு என்னை எடுத்தெறிஞ்சு பேசினப்ப எனக்கு கோபம் வந்துச்சு... பட், அதையும் மீறி ஏதோ ஒன்னு... என்னை உங்ககிட்ட ஈர்க்கவைக்குது"

அவள் பேசாமல், அவனைப் பாராமல் நடக்க, "சுத்தி வளைக்காம நேரா சொல்றேன். எனக்கு உங்களை ரொம்ப பிடிச்சுருக்கு. நீங்க தேவையில்லாம யாரையும் பாக்கிறதில்ல. பேசறதில்ல. நீங்க உண்டு உங்க வேலை உண்டுன்னு இருக்கீங்க. அந்த கேரக்டர் எனக்கு ரொம்ப பிடிச்சுருக்கு"

அவள் நடையை நிறுத்தி, திரும்பி அவனைக் கூர்ந்து பார்த்தாள்.

பின் அவனிடம், "என்னைப்பத்தி உங்களுக்கு எதுவுமே தெரியாது. மோர்ஓவர், எனக்கு இதுல இன்ட்ரெஸ்ட்டும் இல்ல. இனிமே என்னை பாக்கறதுக்காவே வந்தேன்னு சொல்லவேண்டாம்" என்று சொல்லிவிட்டு விடுவிடுவென நடக்க ஆரம்பித்தாள்.

அவளுக்கு ஈடுகொடுத்து கூடவே வந்தவன் "நான் எனக்காக, உன்னப்பாக்க வருவேன். சரி... உன்னப் பத்தி நீயே சொல்லு. தெரிஞ்சுக்கறேன்" என உரிமையுடன் பேச, நின்று நிதானமாக அவனைப் பார்த்தவள்

"என்னை பத்திச் சொன்னேன்னா... இப்படி என் பின்னாடி நீங்க சுத்த மாட்டிங்க. அப்பறம் இவளோ தூரம் நான் பேசறதே... அன்னைக்கு நீங்க எனக்கு ஹெல்ப் பண்ணதாலதான். சோ, ப்ளீஸ், இதை இங்கயே ஸ்டாப் பண்ணிப்போம்"

"முடியாது. நான் வருவேன்... இனி டெய்லியும் உன்னை வழி மறிச்சு பேசுவேன். இதுவரைக்கும் யார்கிட்டயும் பேசாத நீ என்கிட்ட இவளோ பேசியிருக்க. சோ, கண்டிப்பா இன்னமும் பேசுவ" நம்பிக்கையுடன் சொன்னான்.

ஒரு சில நொடிகள் யோசித்தாள். இது வளர்வது அவளுக்கு பிடிக்கவில்லை. இதிலெல்லாம் நாட்டமும் இல்லை.

அவனும் அவளையே பார்த்திருந்தான். அவள் முகத்தில் ஆர்வமோ, கோபமோ, சந்தோஷமோ, கவலையோ எதுவுமே தெரியவில்லை.

கவுதமிடம் இதுவரை தானாக வந்து பேசிய பெண்கள் அதிகம். ஆயினும் அவன் விரும்புவது அமைதியான அடக்கமான குடும்பப்பெண். சுருக்கமாகச் சொல்லவேண்டுமானால் அவன் நினைத்திருந்தது மிதுலாவைப் போல்.

அவ்வளவு அழகிருந்தும் அதில் கர்வமில்லை. எளிதில் யாரையும் கவர்ந்திழுக்கும் கண்கள். இருப்பினும் அந்தக் கண்கள் இதுவரை யாரையும் பார்த்ததில்லை.

'ஒருவேளை யாரையாவது மனதில் நினைத்துக்கொண்டிருக்கிறாளோ' என்ற எண்ணம் சன்னமாக அவன் மனதில் தோன்ற, 'அவள் என்ன சொல்லப்போகிறாள்' என்று அவளை பார்த்திருந்தான்.

சுற்றி பார்த்தாள். அங்கே ஒரு ஹோட்டல் தெரிந்தது. அவன் புறம் திரும்பி "நாளைக்கு அதோ அந்த ஹோட்டல்ல இதே நேரம் மீட் பண்ணலாம்" எனச் சொல்ல "அந்த ஹோட்டல்ல நின்னு தான் தினமும் உன்ன பாப்பேன். ஒரு தரம் கூட நீ பார்த்ததில்லை" என்றான்.

அவள் பதில் சொல்லாமல் நடக்க, இரண்டு அடியில் அவளை நெருங்கியவன் "உன் பேரை சொல்லலையே. உன் போன் நம்பர் குடு" என்று உரிமை எடுத்துக்கொள்ள நினைக்க, பதில் ஏதும் தராமல் நடந்தாள்.

அவனுக்கு 'தன்னை மதிக்காமல் இருக்கிறாளே' என்று தோன்ற, அவள் கையைப் பற்றி நிறுத்த நினைத்தான். ஒருவேளை அது தவறாகிப்போய் நாளை பார்க்க முடியாமல் போய்விட்டால் என்ற எண்ணம் தோன்ற அமைதியானான்.

★★★

அடுத்தநாள் அவள் வரும்முன்பே வந்திருந்தான். அவள் கம்பெனியில் இருந்து பையை எடுத்துக்கொண்டு உள்ளே வர, இவளைப் பார்த்ததும் அவன் ஓடிச்சென்று அதை வாங்க கைநீட்ட, அவள் தடுத்துவிட்டாள்.

இருவரும் உட்கார்ந்தனர். "என்ன குடிக்கிற?" அவன் கேட்க "எதுவும் வேண்டாம். பேசவேண்டிய விஷயத்தைப் பத்தி பேசுவோம்" என்றாள் 'நேராக விஷயத்தைப் பேசிவிட்டுத் தான் செல்லவேண்டும்' என்பதுபோல்.

அவன் பேசும்முன் "சரி... உங்களுக்கு என்கிட்ட பிடிச்சது என்னோட அப்பியரன்ஸ். இல்லயா?" கூர்மையாக அவனை நோக்கினாள் அவன் மனதை அறிந்துகொள்ள.

அவள் நேராக இந்தக் கேள்வியைக் கேட்க, அவன் மனதில் 'அப்போ வெறும் வெளியழகை பார்த்து தான் என்னை பிடிச்சுருக்கான்னு கேட்டாலும் கேட்பாள்' என்றெண்ணியவன்,

"அது தான் ஃபர்ஸ்ட் உன்னை பாக்க வெச்சது. ஒத்துக்கறேன்... பட் உன்னோட ஆக்டிவிட்டீஸ் என்னை ரொம்ப இம்ப்ரெஸ் பண்ணுச்சு...ஹ்ம்ம்... எப்படி சொல்றது... அதிகமா யார்கிட்டயும் பேசாம... நீ உண்டு உன் வேலை உண்டுன்னு இருக்க. ரொம்ப ஹோம்லி... அமைதி... சிம்பிளா சொல்லணும்னா ஒரு குடும்பப் பாங்கான பொண்ணு"

அவள் எதுவும் பேசாமல் அவன் பேசியதையே பார்த்துக்கொண்டிருந்தாள். அவள் மௌனமாகயிருக்க, அவன் "உன் பேரெண்ட்ஸ் கிட்ட வந்து நான் பேசறேன். அப்பறம் என் ஃபேமிலிய கூட்டிட்டு" என்று அவன் பேசிக்கொண்டிருக்க, கை காட்டி அவனைத் தடுத்தாள்.

"உங்க எதிர்பார்ப்பு என்னன்னு புரிஞ்சுகிட்டேன். என்னைப்பத்தி ஒரு அவுட்லைன் மட்டும் சொல்றேன். அதுக்கப்பறம்... உங்க எதிர்பார்ப்புக்கு நான் ஏற்றவளான்னு முடிவு பண்ணிக்கோங்க"

"ஓ... ஏதோ பொய் சொல்லி 'உன்னை எனக்கு பிடிக்கல்ல'னு சொல்லவைக்கப் போற" அவன் கேட்க, "கண்டிப்பா இல்ல. எனக்குப் பொய் சொல்லணும்னு அவசியமும் இல்ல"

"நான் அப்பா அம்மாகூட இல்ல. ஒருத்தன நம்பி என் வீட்டை விட்டு வந்து... அவன்கிட்ட ஏமாந்து போய்ட்டேன். அண்ட் "நீங்க நினைக்கற மாதிரி" நான் குடும்பப் பாங்கான பெண்ணான்னு தெரியல" 'நீங்க நினைக்கிற மாதிரி' என்ற இடத்தில் அழுத்தமாகச் சொன்னவள், "ஐம் நாட் எ விர்ஜின்" என்றாள் அசால்டாக.

நெற்றி சுருங்க "வாட்...?" என்று கத்தவே கத்திவிட்டான். "புரியலயா? நான் நீங்க நினைக்கிற மாதிரி ஆம்பளைய நிமிர்ந்து கூட பாக்காத பொண்ணு கிடையாது. இப்போ புரியுதா" என்றாள் தெளிவாக.

அவனுக்கு என்ன பேசுவது என்றே தெரியவில்லை. கைகளைப் பிசைந்துகொண்டு அவள் முன்னே, அவள் முகம் பாராமல் இருக்க, "இதுக்கு தான் கேட்டேன். என்னைப் பத்தி என்ன தெரியும்ன்னு?" என்றாள் அவனையே பார்த்து தீர்க்கமாக.

"எனக்கு என்ன சொல்றதுன்னு தெரியல. கொஞ்சம் டைம் குடு நான் யோசிக்கணும்" முகம் பாராமல் அவன் சொல்ல "ஹாஹாஹா... கவுதம் கவுதம்" என்று போலியாகச் சிரித்தவள்,

"நான் உங்க ப்ரோபோசல்'க்கு ஒத்துக்கவே இல்ல. சோ, நீங்க யோசிக்கறது வேஸ்ட். நான் உங்களுக்கு செட் ஆகமாட்டேன்" என்றவள், மேலும் எதுவும் பேசாமல் அங்கிருந்து அகன்றாள்!

....

"என்ன மேடம்... கவுதம் உங்க ஹீரோன்னு நினைச்சேனே" சற்று வருத்தத்துடன் மிதுலாவிடம் மங்கை சொல்ல "கவுதம் என் கதைல ஹீரோயில்ல. மே பி, வேற பொண்ணோட கதைல ஹீரோவா இருக்கலாம்" என்றாள் புன்னகை மாறாமல்!!

(4)

"கவுதம் மாதிரி நிறைய ஆண்கள் சமுதாயத்துல இருக்காங்க... குடும்பப்பாங்கான பொண்ணுங்க வேணும்ன்னு நினைக்கிறவங்க"

"அந்த மாதிரி ஆண்கள்தான் வாழ்க்கைத் துணைவனா வேணும்ன்னு நினைக்கற பெண்களும் இருக்காங்க. அவங்களோட எதிர்பார்ப்பை நான் தப்புன்னு சொல்லல. ஆனா எனக்கு... என்னோட வாழ்க்கைக்கு செட் ஆகமாட்டாங்க" என்றவள்,

சற்று நிறுத்தி மூச்சை இழுத்து விட்டு ஆசுவாசப்படுத்திக்கொண்டு "என்னைப்பத்தி நான் அவர்கிட்ட சொன்னதுல 'ஐம் நாட் எ விர்ஜின்'ன்னு சொன்னதுமட்டும் தான் உண்மை" என முகம் இறுகிச் சொல்ல "மேடம்" என்று மங்கை மற்றும் ஆதவன் இருவருமே ஒருசேர அதிர்ந்தனர்.

அவர்கள் அதிர்ந்தது புரிந்து தன் கதையை மீண்டும் சொல்ல ஆரம்பித்தாள் மிதுலா.

கவுதம் அவள் சென்றதையோ மணியயோ பார்க்கவேயில்லை. எவ்வளவு நேரம் அப்படியே உட்கார்ந்திருந்தானோ!

ஆனால் மிதுலா அவள் வீட்டிற்குச் சென்றாள் எந்த விதமான உணர்ச்சியும் ஆட்கொள்ளாமல். சென்றவள், தனது வேலைகளைச் செய்ய ஆரம்பித்தாள்.

இருந்தாலும் கவுதம் பற்றி மனம் சில நிமிடங்கள் நினைத்தது. 'என்னால உன்கிட்ட முழு உண்மையும் சொல்லமுடில. சொல்றதுக்கான தேவையும் வரல'

'ஆனா உன்னோட, நீ எதிர்பார்க்கிற "குடும்பப்பாங்கான பொண்ணு" அப்படிங்கற கேட்டகரில கண்டிப்பா நான் வர மாட்டேன். அதுனால தான் நான் உண்மையை சொல்லல' என்று நினைத்தவள், சாமி படம் இருந்த இடத்தைப் பார்த்து,

"அவனுக்கு ஏற்றாற்போல் ஒரு பெண்ணை அவன் கண்ணில் காட்டு. அவன் வாழ்க்கை நன்றாக இருக்க வேண்டும்" என்று கோரிக்கை வைத்துவிட்டுத் தைக்க ஆரம்பித்தாள்.

வழக்கம் போல் அவள் வேலைகள், சிலநாட்கள் தடை படும் தூக்கம், அதனால் விளையும் பயம், தூக்கமின்மை... என நாட்கள் நகர்ந்தன.

அவ்வப்போது அவனிடம் பேசிய ஹோட்டலை மட்டும் நோட்டம் விடுவாள். எங்கே அவன் இன்னமும் தன்னைப் பார்த்துக்கொண்டு நிற்பானோ என்று.

அப்படி யோசித்தாலும், மனதில் ஒரு மூலையில் திடமாக நம்பினாள் 'அவன் இனி தன்னைப் பார்க்க மாட்டான்' என்று. அதுவே நடக்கவும் நடந்தது. அவள் கடந்து செல்லும்போது அவன் அங்கு இல்லவேயில்லை. மனதில் நிம்மதி பரவியது.

நாட்கள் இன்னமும் வேகமாக நகர, ஒரு நாள் அவள் கம்பெனியில் பொருட்களை வாங்கிக்கொண்டு வரும்போது, அந்த ஹோட்டலைக் கடக்க, ஏதோ ஒரு உந்துதல். யாரோ தன்னையே பார்ப்பதுபோல்.

முன்பெல்லாம் அப்படி யாரேனும் பார்ப்பது நெருடலாக இருந்தால், பெரிதாக எடுத்துக்கொள்ளாமல் கடந்து செல்வாள். ஆனால் கவுதம் பேசியபின், அதே ஹோட்டலில், யாரோ பார்ப்பதுபோல் நெருடல்.

அவள் மனமோ 'ஒருவேளை அவன் மறுபடியும் தன்னைப் பார்க்கிறானோ? வேறு முடிவு எடுத்திருப்பானோ? தன்னை விரும்புகிறேன் என்று மறுபடியும் சொல்வானோ? அவனிடம் உண்மையைச் சொல்லவேண்டிய கட்டாயம் வருமோ?'

என்றைக்கும் தெரியாத சஞ்சலம் அவள் முகத்தில் அன்று அப்பட்டமாக தெரிந்தது.

இறைவனிடம் பல கோரிக்கைகள் வைத்து மெதுவாக திரும்பிப் பார்த்தாள், அவனேதான். இவளையே பார்த்துக்கொண்டிருந்தான். ஆனால் அருவருப்பான ஒன்றைப் பார்ப்பதுபோல் ஒரு பார்வை.

ஆனால் அவளோ... அவனின் அந்தப் பார்வையைப் பார்த்து நிம்மதியடைந்தாள்.

'நீ இப்படிப் பார்க்கவில்லை என்றால் தான் அதிசயம்' என நினைத்து அவனுக்கு ஒரு ஏளனப்பார்வையை உதிர்த்துவிட்டு, மறுபடியும் ஒரு உந்துதலில், அவன் பக்கத்தில் யாரோ தன்னைப் பார்ப்பது போல் இருக்க, 'யார் அது' என்பது போல் பார்த்தாள்.

கவுதம் பக்கத்தில் நின்றிருந்தவனின் பார்வையும், மிதுலாவின் பார்வையும் சந்தித்தன.

அவள் உதடுகள் தன்னை அறியாமல் "சக்தி... சக்திவேல்" என்றது. அவனோ புருவங்கள் முடிச்சிட்டு "மிதுலா" என்றான்.

நொடிப்பொழுதில் சுதாரித்துக்கொண்டு அவசரமாக நடந்து வீடு வந்து சேர்ந்தாள்.

'ஏன் அவனைப் பார்த்தோம்? தன்னைக் கண்டுகொண்டானோ? இருக்காது. இருந்தால்தான் என்ன? சமாளிப்போம்' என்று தனக்குள் பேசிக்கொண்டு தைப்பதில் பிஸி ஆனாள். சிறிதுநேரத்தில் கதவு தட்டும் சத்தம். இதுவரை நடந்திடாத ஒன்று.

ஆம், அவளின் வீட்டிற்கு யாரும் வந்ததில்லை. வீட்டின் உரிமையாளரிடம் கூட 'தன்னைத் தொந்தரவு செய்ய வேண்டாம். தான் வெளியே செல்லும் நேரத்தைச் சொல்லி, அப்போது பேசிக்கொள்ளலாம்' என்றுவிட்டாள்.

அவரும் தன் ஒற்றை அறை வீட்டிற்கு, கேட்ட வாடகையை மறுக்காமல் தருவதால் தொந்தரவு செய்யமாட்டார்.

சத்தம் கேட்டுக்கொண்டே இருக்க, 'அவனாக இருக்குமோ' என்ற யோசனையுடன் கதவைத் திறந்தாள். அவனேதான்! சக்திவேல்!

“உள்ள வரலாமா?” என்று கேட்டுக்கொண்டே உள் நுழைந்தான் சக்தி.

கௌதமைத் தடுத்ததுபோல் அவள் தடுக்கவில்லை. அவன் வீட்டைச் சுற்றியும் பார்த்தான். பின் அவளிடம் பார்வை திரும்பியது.

‘எப்படி இருந்தவள். எதுபோன்ற இடத்தில் இருந்தவள். இப்போது?’ பல கேள்விகள் இருந்தாலும், அவன் முதலில் கேட்டது....

"எப்படி இருக்கன்னு கேட்க மாட்டேன் மிது. ஏன் கவுதம்கிட்ட பொய் சொன்ன?" தீர்க்கமான பார்வையில் நேரடியாகக் கேட்டான்.

அவன் கேள்வியில், அவனின் ‘மிது’ என்ற அழைப்பில்... அவள் முகத்தில் முதல் முறையாக பல நாட்கள் கழித்து? இல்லை மாதங்கள் கழித்து? இல்லை வருடங்கள் கழித்து? என்னவோ... முதல் முறை புன்னகைத்தாள்!!!

....

“மேடம்! சக்தி ஸார் நல்லவரா... இல்ல எப்படிப்பட்டவர்ன்னு கேட்க மாட்டேன். அவர்னால தான் நீங்க முதல் தடவை சிரிச்சது. அதுவும் நீங்க பொய் சொன்னதை கரெக்ட்டா கண்டுபிடிச்சுட்டாரே. கண்டிப்பா உங்க வாழ்க்கைல அவர் முக்கியமானவர்ன்னு நினைக்கிறேன்" என்றாள் மங்கை மிதுலாவிடம்.

அவள் 'ஆம்' என்பதுபோல் தலையசைத்தாள் புன்னகையுடன்!

❑

2

மந்தகாச மஞ்சள்

காஃபி குடித்துக்கொண்டிருந்த ஆதவன் மற்றும் மங்கையிடம், மிதுலா "சரி, நான் கேக்கணும்ன்னு இருந்தேன். உங்கள யாரு என்னப்பாக்க ரெக்கமண்ட் பண்ணது?" சாதாரணமாக தான் கேட்டாள். ஆனால் இருவருக்கும் ஒரே சமயம் புரையேறியது.

"அது... *NGO*'ல சொன்னாங்க மேடம்" என்றான் ஆதவன் தட்டுத்தடுமாறி. ஒருவழியாக இருவரும் குடித்துமுடிக்க...

"மேடம். உங்களுக்கு சக்தி ஸார் பத்தி தெரியுமில்லையா? அவரப்பத்தி சொல்லுங்களேன்" மங்கை ஆர்வமாக கேட்டாள்.

ஏதோ பொறிதட்டியது மிதுலாவிற்கு. ஆனால் வெளிக்காட்டாமல், "ஹ்ம்ம் சொல்றேன்" என்றாள் மர்மமான புன்னகையுடன்.

அந்த மர்மப் புன்னகைக்கு பொருள் என்ன? மனதில் மிதுலா என்ன நினைத்தாள்? என்பதைக் கடைசியில் பார்க்கலாம்.

இப்போது அவள், தான் இழந்துவிட்டதாக எண்ணிய ஆத்மார்த்தமான, அழகான உறவுகளைப் பற்றிய பக்கங்களைப் புரட்ட ஆரம்பித்தாள்.

....

"**நா**ன் பொய் சொல்றேன்னு அவளோ திடமா எப்படிச் சொல்ற சக்தி?" கேட்டாள் மிதுலா அதே புன்னகையுடன்.

"ஏன்னா, நீ ஊர்ல இருந்து மறைஞ்சு போனது சின்ன வயசுல. அந்த வயசுல கண்டிப்பா காதல் கத்திரிக்காலாம் வந்துருக்காது. நீ கவுதம் கிட்ட ஒருத்தன நம்பி ஓடிப்போனேன்னு சொன்னது பொய்" என்றான் சலிப்புடன்.

புன்னகை காணாமல் போனது அவள் முகத்தில். "ஹ்ம்ம். பரவால்ல. ஊர்ல உன்னமாதிரி எல்லாரும் நினைச்சா சந்தோஷம்" என்றாள் வருத்தத்துடன்.

"அதெல்லாம் இருக்கட்டும். என்ன ஆச்சு மிது. இது என்ன வாழ்க்கை? நீ எப்படி இருந்ததுன்னு எனக்கு இன்னமும் என்

கண் முன்னாடி ஓடுது" என்றான் சிறிய வயதில் சின்னப் பெண்ணான மிதுலாவின் முகத்தை மனதில் நினைத்து.

இருவரும் ஒருசேர குழந்தைப் பருவத்திற்குச் சென்றனர்.

"**ம**ங்களம் ஆண்ட்டி, "இந்த குட்டி பையன் ச்சுச்சு போய்ட்டான்" என்று தூக்கி போடப்பட்டிருந்த போனிடெல்லுடன், முழங்கால் வரை ஃபிராக் போட்டு, பனிரெண்டு, பதிமூன்று வயதுமிக்க மிதுலா அங்கிருந்த காப்பாளரிடம் சொல்லிவிட்டு, அந்தச் சிறுவனிடம் "டெர்டி பாய். இங்கேயா பிஸ்(Piss) பண்ணுவ?" என்று செல்லமாகத் திட்டினாள்.

அங்கு வந்த மங்களம் "அட குட்டிப் பயலே" என்று அந்தச் சிறுவனை அழைத்துச்சென்று சுத்தம் செய்துவிட்டு கூட்டிவந்தார். அதற்குள் மிதுலா வேறு குழந்தையுடன் விளையாட ஆரம்பித்தாள்.

அது அரசாங்கம் நடத்தும் அங்கன்வாடி. பாண்டிச்சேரியில் உள்ள ஒரு நகராட்சி. மங்களம் அந்த அங்கன்வாடியில் வேலை பார்ப்பவர்.

பெரிதாக அரசாங்கம் அதிகம் உதவாவிட்டாலும், அந்த ஊரின் மதிப்புமிக்கவர் என்று சொல்லப்படும் தமிழ்ச் செல்வன் உதவி வந்தார். அவர் அங்குள்ள அரசுப் பள்ளியின் முதல்வர்.

பாண்டிச்சேரி என்றாலே சரக்கு மட்டும் சிலபேருக்கு ஞாபகம் வரலாம். ஆனால் அங்கு ஃபிரெஞ்ச் மக்களும் அதிகம் வாழ்ந்து வருகிறார்கள். அப்படி ஃபிரெஞ்ச் இன்ஸ்டிட்யூட்டில் படித்த ஜூலியும், தமிழ்ச் செல்வனும் காதல் வயப்பட்டு, அந்த பந்தம் திருமணத்தில் முடிந்தது.

அவர்கள் காதலின் பிரதிபலிப்பே மிதுலா. தகப்பனின் இந்திய நிறத்தையும், தாயின் மேற்கத்திய அழகு மற்றும் கண்களையும் கொண்டிருந்தாள்.

அவளின் பெற்றோருக்கு அவள் செல்ல இளவரசி. அனைத்தையும் பார்த்துப் பார்த்துச் செய்வார்கள். ஒரு சிறு கீறல் அவளுக்கு விழுந்தாலும் இருவரும் பதறுவர். அவளுக்கு வலிக்கவே இல்லையென்றாலும் இருவரும் நீ நான் என்று போட்டி போட்டுக்கொண்டு தாங்குவார்கள்.

அவளுக்குப் பிடிக்காதது ஒரு நாளும் நடக்காது. சமையலிலும் கூட. தெரியாமல் ஏதாவது இருந்தால் கூட தாண்டவம் ஆடுவாள்.

மிதுலா படிப்பில் சுட்டி. வீட்டில் இருப்பதை விட, வெளியில் சுற்றுவதையே அதிகம் விரும்புவாள். குழந்தைகள் என்றால் கொள்ளைப் பிரியம். அதனாலேயே அங்கன்வாடியிலேயே இருப்பாள். அதுவும் தந்தை உதவும் அங்கன்வாடி என்பதால் பள்ளி முடிந்ததும் அவள் நேராகச் செல்வது அங்கேதான்.

குழந்தையை சுத்தம் செய்துவிட்டு மங்களமும் மிதுலாவுடன் சேர்ந்துகொண்டு குழந்தைகளுடன் விளையாடிக்கொண்டிருந்தார்.

அப்போது "அம்மா, நான் டியூஷன்க்கு கிளம்பறேன்" தாய் மங்களத்திடம் சொல்லிக்கொண்டு கிளம்ப அங்கே வந்தான் சக்திவேல். அங்கே மிதுலாவைப் பார்த்தவன்,

"ஏய் மிது. சஷ்டி கவசம் போனவாரம் சொல்லிக்கொடுத்தவரை மனப்பாடம் பண்ணினயா" என்று கேட்க, அவளோ முகம் சுளித்துக்கொண்டு "அத மனப்படம் பண்ணி நான் என்ன பண்ணப்போறேன் சக்தி" என்றாள் சலிப்புடன்.

அந்த நேரம் அங்கே வந்த தமிழ்ச் செல்வன் "மிது என்னதிது. அவன் பிளஸ் டூ படிக்கிறான். அண்ணான்னு கூப்பிட மாட்டயா?" என்றார் கொஞ்சமே கொஞ்சம் மிரட்டலுடன். அதைக் கேட்ட மிதுவின் முகத்தில் கோபம், அத்துடன் கண்களும் கலங்கியது.

அதைப் பார்த்த சக்திவேல் "சரி பரவால்ல. சின்ன பொண்ணுதானே. இருக்கட்டும்" என்றான் புன்னகை முகத்துடன்.

அவரோ "இந்த மாதிரி உனக்கு கோபம் அதிகம் வர்றதால தான் அவன்கிட்ட உனக்கு கவசம் சொல்லிக்குடுக்கச் சொன்னேன். இந்த வயசுல இவளோ கோபம் கூடாதும்மா" என்றார் கனிவாக.

டியூஷனுக்கு நேரமாக "ஸார், நான் கிளம்பறேன். சின்ன சந்தேகம் இருக்கு. நாளைக்கு ஸ்கூல்ல வந்து கேட்டுக்கறேன்" என்றவன் அவரிடம் விடைப் பெற்றுக்கொண்டு "வரேன் ம்மா. வரேன் மிது" என்று சிறுபிள்ளையைப் பார்த்து சிரிப்பதுபோல் சிரித்துவிட்டுக் கிளம்பினான்.

தமிழ்ச் செல்வனின் பள்ளியில்தான் சக்திவேல் பன்னிரண்டாம் வகுப்பு படித்துக்கொண்டிருந்தான்.

சிலசமயம் மிதுலாவிற்கு அவனை, அவனின் பொறுமையை மிகவும் பிடிக்கும். அதே சமயம் ஞானப்பழம் போல் இருப்பது வேடிக்கையாக இருக்கும். தந்தை அவனிடம் காட்டும் உரிமையைப் பார்க்கும்போது பொறாமை கலந்த கோபம் வரும்.

தவறாக ஆங்கிலம் அவன் பேசும்போது, அவனுக்கு ஆசிரியை ஆனாள். அதே சமயம் நல்லொழுக்கம் பற்றிச் சொல்லும்போது அவன் ஆசானாவான்.

இப்படியாகப் போய்க்கொண்டிருந்த அவள் வாழ்க்கை, திசைமாறிப் போகப்போகிறது என்று தெரியாமல் தந்தையுடன் வீட்டிற்குக் கிளம்பினாள் மிதுலா!

ஜூலியின் பெற்றோர் மற்றும் அவர்களுடைய ஃபிரான்ஸில் வசிக்கும் உறவினர்கள் ஒரு *NGO* நடத்தி வந்தனர்.

அதில் அடித்தட்டு மக்களுக்கு தங்களால் முடிந்த உதவிகளை செய்துகொடுத்தார்கள். அதற்கான நிதி பெரும்பாலும் வெளிநாட்டில் இருந்தே வந்தது.

அந்த *NGO*'வில் வேலை பார்த்த மேலாளர் பணம் கையாடல் செய்ததால், அவர் வேலையில் இருந்து நீக்கப்பட்டார். அவரின் மகளுக்கு நடக்கவிருந்த திருமணம் அதனால் தடைபட, மிகுந்த வேதனையில் இருந்தார்.

திருமணம் நின்று விட்டதால், அந்தப் பெண் தற்கொலைக்கு முயற்சி செய்ய, அவர் இன்னமும் உடைந்து போனார். அவரின் மனதில் 'இதற்குக் காரணம் ஜூலியின் பெற்றோர்கள்' என்று மனதில் காழ்ப்புணர்ச்சியை வளர்த்துக்கொண்டிருந்தார்.

அதே நேரம் சக்திவேல் நன்றாகப் படித்து பன்னிரண்டாம் வகுப்பில் நல்ல மதிப்பெண் எடுத்தான். ஆனால் மேற்கொண்டு படிக்க முடியாத காரணத்தால், தமிழ்ச் செல்வனிடம், அந்த *NGO*'வில் ஏதாவது வேலை இருந்தால் சேர்த்துவிடச்சொன்னான்.

ஆனாள் அவரோ, அவன் மதிப்பெண்களைப் பார்த்துவிட்டு, *NGO*'வில், அவன் மேல் படிப்புக்கு உதவுமாறு கேட்டார். தமிழ்ச் செல்வன் மற்றும் ஜூலியின் சிபாரிசால் அவனுக்கு நல்ல கல்லூரியிலே படிக்க உதவி செய்தனர்.

"சக்தி... இப்போ சஷ்டி கவசம் தலைகீழா கூட சொல்லுவேன். எல்லாம் உங்கள் அருள்" என்று மிதுலா கிண்டலடிக்க, அவள் தலையை குட்டியவன் " தினமும் ஒழுங்கா காலைல சொல்லு... நான் நாளை மறுநாள் சென்னை போறேன். " என்றான் சக்திவேல்.

"சரி சரி. சொல்றேன். நானும் சீக்கிரம் படிச்சு முடிச்சு, ஹையர் ஸ்டடீஸ் ஃபிரான்ஸ்ல போய் படிப்பேனே" என்றாள் பதிலுக்கு முகத்தைக் குறுக்கி சிரித்துக்கொண்டு. "ஹ்ம்ம்... ஆண்ட்டி உன்னை விட்டுட்டாலும்" கிண்டலாக சொன்னான்.

அதுவே இருவரும் சந்தித்த கடைசி சந்திப்பு...

★★★

"**எ**ங்க போன மிது? என்ன ஆச்சு உனக்கு? உன்கிட்ட நான் சென்னை போறேன்னு சொன்ன நாள் தான் உன்னை கடைசியா பாத்தது. அடுத்தநாள் உன்னை காணோம்ன்னு செய்தி கேட்டவுடனே பதறிட்டேன். எவ்வளவோ உன்னை தேடினோம்" என்று அந்த பாரம் சற்றும் குறையாமல் கேட்டான் சக்தி.

அவனுக்கு காஃபி கலக்கிக்கொண்டு வந்து கொடுக்க, இருவரும் தரையில் சுவற்றில் சாய்ந்தவாறு அமர்ந்தனர்.

அவன் மனதில் அப்போதும், ‘அவள் வீட்டில் எப்படி இருந்தாள்’ என்ற ஞாபகமே முன்னின்றது. அவள் பதில் ஏதும் சொல்லாமல் சுவற்றில் சாய்ந்து எங்கோ வெறித்துக் கொண்டிருந்தாள் காஃபி கூட குடிக்காமல்.

"மிது" என்ற மறுபடியும் அவன் அழுத்தமாக அழைக்க, அவனைப் பார்த்தாள்.

அவன் கண்கள் 'என்ன நடந்தது. ஏன் இந்த நிலைமை உனக்கு' என்று மட்டுமே அவளிடம் கேட்டது.

"உன்கிட்ட பேசின அடுத்தநாள் ஸ்கூல் முடிஞ்சு அங்கன்வாடி போயிட்டு இருந்தேன். அப்போ ஒரு கார் முன்னாடி வந்து நின்னது. அதுல இருந்து *NGO*'ல வேலை பார்த்த மேனேஜர் அங்கிள் வந்தாரு”

“பாட்டிக்கு ரொம்ப உடம்பு முடியாம பாண்டிச்சேரில அட்மிட் பண்ணிருக்காங்கன்னு சொன்னாரு. அன்னைக்கு

அப்பாகூட ஸ்கூலுக்கு வரல. ஏதோ பிரச்சனை போலன்னு அவர்கூட போனேன். எல்லாமே அதோட முடிஞ்சது" என்றாள் உணர்ச்சியற்ற முகத்துடன்.

"என்னது... அவரா?" என்றான் கிட்டத்தட்ட அறையே அதிரும் குரலுடன். 'என்ன ஆச்சு' என்பது போல் அவனை அவள் பார்க்க "நீ காணாம போய் ரெண்டே நாள்ல அவங்க குடும்பமே தற்கொலை பண்ணிட்டாங்க" என்றான் அதிர்ச்சியுடன்.

அதைக் கேட்டவுடன் அவள் சிரித்தாளா, இல்லை வருத்தினாளா, இல்லை கோபப்பட்டாளா என்று தெரிந்து கொள்ள முடியவில்லை. உதடு மட்டும் சிரிப்பது போல் தெரிந்தது.

நான் உள்ள ஏறின கொஞ்ச நேரத்துல அவர் ஏதோ துணிய மூக்குல வெச்சாரு. அவளோ தான் தெரிந்தது. அதுக்கப்பறம், ஏதோ ஒரு ரூம்ல அடைச்சு வெச்சாங்க. எந்த ஊருன்னு தெரில

"என்னைப்போலவே மூணு பொண்ணுங்க இருந்தாங்க. அப்பறம் எங்க எல்லாத்தையும் ஒரு லாரில எங்கயோ கூட்டிட்டுப் போனாங்க" என்று சொல்லும்போது அவள் கண்களில் கண்ணீர் தேங்கியது. ஆனால் அதை அவள் விழவிடவில்லை.

அவனுக்குப் புரிந்தது எதற்காக அழைத்துச்சென்றிருப்பார்கள் என்று.

அவன் இதயம் வெகுவாகத் துடித்தது. அதைவிட 'அவள் என்னென்ன அனுபவித்திருப்பாளோ' என்ற எண்ணம் அவனை சித்ரவதை செய்தது. அவளை தற்போது பார்க்க மனது இன்னமும் பாரமானது.

"அப்போதிலிருந்து இன்னைக்கு வரை அல்மோஸ்ட் என்னோட வாழ்க்கையே நான்கு சுவருக்குள்ள தான்" என்று சக்திவேலிடம் சொல்லும்போது அவள் கண்கள் மூட, கோடாக கண்ணீர் வெளியேறியது!!!

....

இக்கதையை கேட்டுக்கொண்டிருந்த மங்கை கிட்டத்தட்ட அழுதே விட்டாள். ஆதவனோ கண்கள் கலங்கி மிதுலாவையே பார்த்துக்கொண்டிருந்தான்.

(2)

ஆதவனும் மங்கையும் எதுவும் பேசாமல், கேட்காமல் மௌனமாக இருக்க, மங்கை அழுதுகொண்டிருந்ததைப் பார்த்து "மங்கை... பொண்ணுங்க அழக்கூடாது. கண்ணை தொட" என்று போலியாக அதட்ட, மங்கையின் விசும்பல்கள் சற்று மட்டுப்பட்டது.

இப்போது மங்கையிடம் சொன்ன அதே வார்த்தைகளை, தனக்குத் தானே முன்பு சொல்லிக்கொண்டதுதான் நினைவிற்கு வந்தது. விட்ட பக்கத்தில் இருந்து தொடர்ந்தாள்.

....

தன் கண்களில் இருந்து கண்ணீர் வந்தது தெரிந்தவுடன் 'அழக்கூடாது. நான் பலவீனமானவள் இல்லை' என்று தனக்குத்தானே சொல்லிக்கொண்டு, அவசரமாகத் துடைத்து "சரி என்ன நடந்துச்சுன்னு தெரிஞ்சுடுச்சுல்ல. கிளம்பு. எனக்கு வேலை இருக்கு" என்றாள் அவசரமாக.

அவன், அவள் சொன்னது எதையுமே கவனிக்கவில்லை.

தன்னை நினைத்துத்தான் இப்படிச் சிலையென இருக்கிறான் என்று உணந்தவள் "நான் சொல்றது கேட்குதா இல்லையா?" சற்று எரிச்சலுடன் கத்தினாள்.

"ஆங்..." என்று திரும்பி அவளைப் பார்க்க "வெளிய போன்னு சொன்னேன். பெருசா ஃபீல் பண்றயா? இவளோ நாள் என்ன ஆனேன்னு யோசிச்சிருப்பயா நீயெல்லாம்... வந்துட்டாரு பெருசா ஃபீல் பண்ணிட்டு" கொடுக்காக வார்த்தைகள் விழுந்தன.

அப்போது தான் அவள் முகத்தைப் பார்த்தான். கண்கள் சிவந்திருந்தன. அவ்வளவு ரௌத்திரம், கடுமை. இதுபோல் அவளைப் பார்த்ததில்லை.

அவளின் முகத்தைப் பார்த்துப் பதறிக்கொண்டு "மிது. ப்ளீஸ்... நான் சொல்றத கேளு.. இங்க" என்று அவன் ஏதோ சொல்ல வர அவனைத் தடுத்தவள்,

"ஒன்னும் வேணாம்" கையெடுத்துக் கும்பிட்டு "கிளம்பு. தயவுசெஞ்சு" என்று அவள் கத்த, அவளை சமாதானப்படுத்த, எழுந்து அவளிடம் நெருங்கினான்.

'யாரையும் நெருங்கவிடாமல், பரிதாப்படவிடாமல், பச்சாதாபம் எழ விடாமல்... தனக்கு தானே என்று இருந்தது போய், இப்போது இவன், தன்னைப் பார்த்துப் பரிதாபப்படுகிறான். சமாதானப்படுத்த வருகிறான். வேண்டாம். யாரும் வேண்டாம்' என்ற எண்ணமே மனதில் மேலோங்க...

"கிட்ட வராத. போ... ப்ளீஸ் போ" என்று உட்கார்ந்த வாக்கில் சுவற்றின் மூலையில் ஒடுங்கினாள்.

அதைப் பார்த்துப் பதறிப்போனான். இப்போது அருகில் செல்வதா? வேண்டாமா? பதட்டம் அவனுள்.

முகத்தைக் கால்களுக்கு இடையில் புதைத்துக்கொண்டாள். அவனுக்கோ அவளைப் பார்க்கப் பார்க்க... வேதனை அதிகரித்தது. அப்படியே நின்றான் என்னசெய்வதென்று அறியாமல்.

அவள் ஏதோ முனகுவது போல் இருந்தது. அந்த மரண அமைதியில் அவள் சொல்வது தெளிவாகக் கேட்டது. ஆம்... கவசம்... அவன் சொல்லிக்கொடுத்த சஷ்டி கவசம்...

நொறுங்கிப்போனான்... இன்னமும் அவளைத் தேட முயன்றிருக்கலாமோ என்று... கண்கள் கலங்கின... அங்கே நின்றால் எங்கே அவளுக்குச் சமாதானம் சொல்லமுடியாமல் உடைந்துவிடுவோம் என்றெண்ணி அவசரமாக வெளியேறினான்.

அவன் வெளியே சென்ற அரவம் கேட்டு, அவசரமாக கதவைத் தாளிட்டு அதன் மீதே சாய்ந்து உட்கார்ந்தாள்.

அழக்கூடாது அழக்கூடாது என்று தனக்குத்தானே மந்திரம் ஓதுவதுபோல் சொல்லிக்கொண்டிருந்தாள். எவ்வளவு நேரமோ அவளுக்கே தெரியாமல் உட்கார்திருந்தாள்.

தான் பட்ட கஷ்டம்... உடலளவும் மனதளவும் பட்ட காயங்கள்... ஒவ்வொரு நினைவும், தொண்டையில் ஏதோ அடைப்பது போன்ற உணர்வு.

அழக்கூடாது என்று பிரயத்தனப்பட்டாலும் எங்கே அழுதுவிடுவோமோ என்றெண்ணி எழுந்து மளமளவென தண்ணீர் குடித்தாள். எதையும் யோசிக்கக்கூடாது என்று மெஷின் முன் உட்கார்ந்து தைக்க ஆரம்பித்தாள்.

சக்தியோ அங்கே நிற்க முடியாமல் வெளியே சென்றான். ஆனால் அங்கிருந்து போகவும் முடியாமல், அவளை இனியும் தனியே இருக்க விட மனமில்லாமல், கதவின் அருகே இருந்த படியில் அப்படியே உட்கார்ந்தான்.

‘மன்னிப்பு கேட்கக்கூட நான் தகுதி இல்லாதவனோன்னு தோணுது மிது. நான் இப்போ இந்த நிலைமைல இருக்கேன்னா அதுக்கு உன் அப்பாவும் அம்மாவும் தான் காரணம். என்னோட அம்மாவுக்கு அப்பறம் நான் சாமியா நினைக்கிறவங்க. ஆனா அவங்க பொண்ண இந்த நிலைமைல... அதுவும் எந்தத் தப்பும் செய்யாதப்ப...’

‘ச்ச... நான் படிப்பை பாத்துட்டு சுயநலமா இருந்துட்டேனோ? இன்னமும் உன்னை தேடியிருக்கலாமோ...’ கண்களில் இருந்து கண்ணீர் கொட்டிக்கொண்டே இருந்தது.

எண்ண ஓட்டத்தில் இருந்து அவனை நிகழ்விற்குக் கொண்டு வந்தது வீட்டினுள் கேட்ட சத்தம். தடதடவென சத்தம். மெஷினின் சத்தம். ‘தைப்பாளோ?’ என்று நினைத்தான் நேரங்கள் கடந்தது. சத்தம் நின்றபாடில்லை.

மணியைப் பார்த்தான். பதினொன்று. இடைவிடாமல் கேட்டுக்கொண்டிருந்த சத்தம். 'அப்போது சாப்பிடவில்லையா?' என்ற கேள்வி அவன் மனதில். 'கதவைத் தட்டுவோமா?' என்ற யோசனை.

ஆனால் நேரத்தைப் பார்க்க, இப்போது தட்டினால் அது நன்றாக இருக்காது என்று எண்ணும்போது சத்தம் நின்றது.

ஏனோ அவனால் அங்கிருந்து செல்ல முடியவில்லை. தூக்கமும் தழுவவில்லை. நேரம் போய்க்கொண்டே இருந்தது. ‘ஏதாவது செய்ய வேண்டும்’ என்ற மனது கடந்து அடித்துக்கொண்டது.

'எப்படியாவது அவளிடம் பேசி இங்கிருந்து அழைத்துச்செல்லவேண்டும்'

'ஆனால் எங்கே அழைத்துச்செல்வது? நெருங்கிய சொந்தங்கள் யாருமில்லையே.'

'அதற்காக இப்படியே விட முடியுமா?'

'மனதளவில் மிகவும் பாதிக்கப்பட்டுள்ளாள். அதை எப்படி சரி செய்வது?'

பலகேள்விகள் அவன் மனதில் ஓடியபோது 'வீர்...' என்ற சத்தம் அவள் வீட்டில் இருந்து கேட்டது. பதறிக்கொண்டு எழுந்தான். 'என்னவாயிற்று?' என்று.

அழைப்பு மணி இல்லை. கதவைத் தட்டினான். 'மிது மிது' என்றழைத்தான். ஆனால் பதிலேதும் இல்லை. அவனது இதயத்துடிப்பின் டெசிபல் அதிகமானது. 'என்னவாயிருக்கும் அவளுக்கு' என்ற பதட்டம். இப்போது சத்தம் இல்லை.

'கனவு கண்டிருப்பாளோ? இல்லை பயந்திருப்பாளோ? இவள் எப்படி இருந்திருக்க வேண்டியவள்? இறைவா! அவள் தாய் தந்தை இருந்திருந்தால் இந்த நிலைமை வந்திருக்குமா?' அவன் இதயம் பாரமானது.

'என் நிலைக்கு அவர்கள் தான் அடித்தளம் போட்டார்கள். நான் கண்டிப்பாக ஏதாவது செய்யவேண்டும்' முடிவெடுத்தான். மறுபடியும் படியிலேயே அமர்ந்தான்.

விடிந்தது. அவள் கதவைத் திறக்கவில்லை. அவனும் நகரவேயில்லை.

மறுபடியும் மெஷின் சத்தம். மதியமானது. அவள் வெளியே எட்டிக்கூட பார்க்கவில்லை. மெஷினின் சத்தம் நின்றபாடில்லை.

'சாப்பிடாமல் அப்படி என்ன வேலை' தன்னிலை மறந்து அவளுக்காக யோசித்தான். அவனே தண்ணீர் குடிக்காமல், சாப்பாடு உண்ணாமல், ஆடை மாற்றாமல் அப்படியே இருந்தான்.

கண்கள் மெல்ல சொருகியது. 'அவள் வரவேமாட்டாளா? கதவைத் தட்டுவோமா? மாலை ஆகிவிட்டது. காலையில் இருந்து வெளியே வரவில்லையே?' என்று யோசிக்கும்போது கதவு திறந்தது.

ஆர்வமாக அவன் எழுந்தான். வெளியே வந்த அவள், அவன் நின்ற கோலத்தைப் பார்த்து அப்படியே நின்றுவிட்டாள்.

அவ்வளவு கோபம். ஆத்திரம். சொல்லியும் கேட்காமல் அங்கேயே அவன் இருந்ததைப் பார்த்து!!

"**ஏ**ன் மேடம் சக்தி ஸாரை பார்த்தவுடனே கோபப்பட்டீங்க? உங்களுக்காகத்தானே இருந்தார். திட்டிட்டீங்களா அவரை?"

மங்கை கொஞ்சம் வருத்தத்துடன் கேட்க, அதற்கு புன்னகையை பதிலாக அளித்தாள் மங்கையை நினைத்து.

(3)

"**ம**ங்கை. நான் யாரையும் பார்க்கவோ, பேசவோ பிடிக்காத நிலைமைல இருந்தேன். நான் சொல்லியும் போகாம நின்னானேன்னு கோபம் தான்... ஆனா..." என்று நடந்ததை சொல்ல ஆரம்பித்தாள் மிதுலா.

தான் சொல்லியும் போகாமல் இருந்த சக்தியைப் பார்த்து ஆத்திரம் ஒரு புறம் வந்தாலும் அவன் தோற்றம் அவளின் கோபத்தை மட்டுப்படுத்தியது.

"உள்ள வா" என்றாள் பற்களைக் கடித்துக்கொண்டு. அவள் திட்டுவாள் என்று எதிர்பார்க்க, அவளின் இந்தச் செயல் அவனுக்கு சின்ன நம்பிக்கை கொடுத்தது. 'எப்படியும் சரி செய்துவிடலாம்' என்று.

உள்ளே சென்றுகொண்டே, அவன் புறம் திரும்பி "அறிவில்லை. சாப்பிட்டயா? இல்லையா?" என கேட்க... இல்லை என்பதுபோல் தலையசைத்தான்.

"இரு ஏதாச்சும்..." என்று சொல்லவரும்போது தான் நினைவிற்கு வந்தது எதுவும் சமைக்கவில்லை. சாப்பிடவும் இல்லை என்று. 'இவனிடம் சொல்லவேண்டாம்' என்று நினைத்தபோது...

"நீயும் சாப்பிடலயே மிது" அவளையே பார்த்துக்கொண்டு சொன்னான் அவளின் மனதைப் படித்ததுபோல்.

அவன் கேட்டதில் 'இவனுக்கு எப்படி தெரிந்தது?' என்று அதிர்ச்சி அடைந்தாலும் "நான் சாப்பிடலையா...? பக்கத்துல இருந்து பாத்த மாதிரி சொல்ற.... நான் சாப்பிட்டேன்" என்றாள் அவன் முகம் பாராமல்.

எங்கே அவனைப் பார்த்தால், பொய் சொல்வதைப் கண்டுகொள்வான் என்பது அவளுக்குத் தெரியும். 'அந்த சின்ன வயதிலேயே சரியாகச் சொன்னவன் இப்போது கண்டுபிடிக்க மாட்டானா என்ன' என்ற எண்ணமே.

“ஏன் எங்கயோ பார்த்து சொல்ற? என்னை பாத்து சொல்லு... நீ சாப்டன்னு. காலைல இருந்து மெஷின் சத்தம் மட்டும் தான் கேட்டது. மிஞ்சிப் போன ஒரு ரெண்டு மூணு நிமிஷம் பிரேக் எடுத்துட்ட” என்றான் தெளிவாக உள்ளிருந்து பார்த்தது போல்.

அவள் இன்னமும் அதிர்ந்தாள். 'எப்போதுல இருந்து இங்க இருக்கான்?' என்று நினைத்ததை அவனிடம் கேட்டாள். "நைட்ல இருந்து இருக்கயா? நேத்து நைட்டும் சாப்பிடலை?" என்று கேட்கும்போது, அவன் பதில் பேசாமல் தலைகுனிந்தான்.

தனக்காக அவன் இருந்தான் என்று நினைக்கையில் மனதில் ஒரு மூலையில் இதமாக இருப்பதுபோல் இருந்தாலும்; ‘எதற்காக இப்படிச் செய்ய வேண்டும்?’ என்ற கோபமும் சேர்ந்து வந்தது.

கையில் இருந்த தைத்த துணிகள் வைத்திருந்த பையை தூக்கி எறிந்தவள்...

அவன் அருகே சென்று "உன்ன நான் போகச் சொன்னேனா இல்லையா? என்ன... ஸீன் போடறயா? ஏன் என் உயிரை வாங்கற? நேத்துல இருந்து என் நிம்மதி போச்சு உன்னால" கோபத்தில் அவன் சட்டையைக் கொத்தாகப் பிடித்து உலுக்கினாள்.

அவன் பேசவில்லை.

“நீ ஏன் வந்த சக்தி? உன்னை பாத்தவுடனே நான் கொஞ்சம் கொஞ்சமா மாறுறமாதிரி தெரியுது. என்னோட இத்தன நாள்... மன உறுதியெல்லாம் போயிடும்போல. நீ போ... நீ என்னை பாக்கலன்னு நினைச்சுக்கோ.”

“நான் உன்கிட்டயும்... அந்த கவுதம்கிட்ட பேசினது போல பேசி அனுப்பிடலாம். ஆனா வேணாம்ன்னு பாத்தேன். போய்டு சக்தி. கெஞ்சி கேக்கறேன்" நேற்றிலிருந்து கட்டிவைத்த பாரம் கண்ணீராக வழிந்தது.

அவன் சட்டையைப் பிடித்திருந்த தன் கைகளின் மேல், தன் முகத்தைப் புதைத்துக்கொண்டு "போய்டு சக்தி... என் வாழ்க்கை இது தான். உங்க எல்லாரையும் என் வாழ்க்கைல இருந்து பிரிச்சு பல வருஷம் ஆச்சு. இனி ஒட்டவைக்க முயற்சி பண்ணாத. போய்டேன்... ப்ளீஸ்" என்றாள் தலை குனிந்து.

அவள் அழுவதை அவன் பார்க்கக்கூடாது என்று.

அவளைத் தலை தூக்கவைத்தது, அவள் கைகளில் பட்ட அவன் கண்ணீரே. அவன் கண்கலங்கி இருந்ததைப் பார்த்தவள், அதிர்ந்து அவனை விட்டு இரண்டு அடி பின் நகர்ந்தாள்.

"நான் சாப்பிடலைன்னு தெரிஞ்சவுடனே எவளோ கோபம் இருந்தாலும் உள்ள வரச்சொன்னயே அது மாதிரி தான் மிது... உன்ன பாத்ததும் உன்ன இப்படியே விட்டுட்டு என்னால போக முடில" என்றான் இறுகிய முகத்துடன்.

அவளுக்கு பதில் பேசமுடியவில்லை. 'தனக்கு யாருமில்லை' என்று அவளே அவளை நம்பவைத்துக்கொண்டாள். ஆனால் இப்போது 'இல்லை' என்பது போல் இவன் நிற்கிறான்.

“எதுக்கு இப்படி என்னை தொல்லை பண்ற? எனக்காக நீ இவளோ மெனக்கெடறதுக்கு, நான் ஒண்ணுமே உனக்குச் செஞ்சதில்லயே?” ஆற்றாமையுடன் கேட்டாள்.

“உன் அப்பா அம்மா இப்போ உனக்குத் துணையா இருக்க முடியல. ஆனா அவங்க செஞ்ச நல்லகாரியங்கள் நிறைய... அதுனால பயன் அடைஞ்சது நிறைய பேர். அதுல நானும் ஒருத்தன். இது போதாதா நான் மெனக்கெடறதுக்கு?”

அவன் சொன்ன 'துணை' என்ற வார்த்தை அவளுக்கு ஆத்திரத்தைக் கிளப்ப “நான் கேட்டேனா? எனக்கு யாராச்சும் உதவி பண்ணுங்க... துணையா இருங்கன்னு கேட்டேனா? என் அப்பா அம்மாவே இப்போ வந்து ஹெல்ப் பண்றேன்னு சொன்னாக் கூட எனக்கு வேணாம்.”

“நீ மொதல்ல வெளிய போ. எனக்கு யாரு துணையும் வேணாம்" அவள் முதலில் கத்த, பின் குரல் குறைந்துகொண்டே வந்தது. திடீரென கண்கள் சொருகின. மயங்கினாள்.

அவனோ 'அவள் அனைத்தையும் வேறு கோணத்தில் பார்க்கிறாளே' என்ற கோபத்தில் இருக்க, அவள் விழப்போவதைப் பார்த்து ஓடிச்சென்று தாங்கினான்.

அவளைப் படுக்கையில் படுக்கவைத்தவன், தண்ணீர் தெளிக்க, அவள் எழவில்லை. முகத்தைத் தட்டிப்பார்த்தான். எழவில்லை.

அவள் உண்ணாமல் இருந்ததால் மயக்கம் வந்திருக்குமோ என்று எண்ணினாலும் எதற்கும் அசையாமல் இருப்பவளைப்

பார்த்துப் பதட்டம் அதிகரிக்க... உடனே கவுதமை அழைத்தான் ஆம்புலன்ஸ் வரவைக்க.

அடுத்த இருபது நிமிடத்தில், அவளை ஒரு பல்நோக்கு மருத்துவமனையில் சேர்த்தான். முதலில் அவளைப் பரிசோதித்து, முதலுதவி அளிக்கப்பட்டது.

மருத்துவர் சக்தியிடம் "நீங்க அவங்களுக்கு என்ன ரிலேஷன்" எனக் கேட்க,

"நான் அவங்க ஃபேமிலி ஃபிரண்ட் டாக்டர். அவங்க பேரன்ட்ஸ் இப்போ இல்ல" அவன் சுருக்கமாகச் சொன்னான்.

“ஹ்ம்ம். அவங்க ரொம்ப வீக்’கா இருக்காங்க. சரியான ஃபுட் இன்டேக் இருக்கறமாதிரி தெரில. தூக்கமும் சரிவரயில்லன்னு நினைக்கறேன். இப்போதைக்கு இதுதான் ரீசனா இருக்கனும். நல்லா தூங்கிட்டு இருக்காங்க.”

“ஒரு அட்டெண்டர் இங்க இருக்கலாம். நாளைக்கி டெஸ்ட் ரிஸல்ட்ஸ் வந்தப்பறம் எந்த மாதிரி மெடிகேஷன் எடுக்கலாம்னு பாக்கலாம்" என்று முடித்தார்.

எதுவும் பேசாமல் அவளருகே அமர்ந்தான். இவளை எப்படி சரிசெய்வது என்ற குழப்பத்திலேயே இருந்தான்.

நள்ளிரவு நேரமும் ஆனது. நன்றாகத் தூங்கிக்கொண்டிருந்தாள்.

அவனும் சரிவர தூங்காததால் கண்ணசந்தான். அவனும் ஆழ்ந்த உறக்கத்திற்கு செல்லும்போது, திடீரென அவள் சத்தம். பதறிக்கொண்டு எழுந்தான்.

அவள் காதுகளைக் கைகளால் மூடிக்கொண்டு, கண்களையும் இறுக மூடிக்கொண்டு, கால்களை மாறி மாறி மடித்து மடித்து விடுவித்தாள்.

துரிதமாக அவன் அவள் அருகில் செல்ல, அவள் சட்டென எழுந்து உட்கார்ந்து, முகத்தை மடித்த கால்களுக்குள் புதைத்துக்கொண்டாள்.

"மிது... என்னாச்சு மிது" என்று அவளை உலுக்க, அவனை ஏறிட்டவள், "வேணாம் போய்டு... என்ன தொடாத. போ. போ" என்று பித்துப் பிடித்தவள் போல் கத்தினாள்.

அதற்குள் செவிலியர்கள் இருவர் உள்ளே வர, அவள் கத்திக்கொண்டிருப்பதைப் பார்த்து, அருகில் செல்ல,

அவர்களைப் பார்த்தும் "போ போ" என்று கத்தினாள்.

அவள் கைகள் இன்னமும் காதுகளில் இறுக மூடியிருக்க, கையில் குத்தப்பட்டிருந்த *venflon*'னில் இருந்து ரத்தம் வெளிவர ஆரம்பித்தது.

அவளைக் கட்டுக்கு கொண்டு வர அவள் கைகளை நர்ஸ் பிடிக்க, அவள் இன்னமும் உக்கிரமானாள்!!

………………

மிதுலா அவளைப் பற்றிச் சொல்லிக்கொண்டிருக்க, ஆதவனும், மங்கையும் மௌனமாக இருந்தனர். அவளுக்கு ஒரு போன் அழைப்பு வர, இருவரிடமும் சொல்லிக்கொண்டு பேசச்சென்றாள்.

(4)

பேசிமுடித்து வந்தவள், உட்கார "மேடம், உங்க பாஸ்ட் தான் உங்கள அந்த நிலைமைக்குக் கொண்டு போய்டுச்சா?" மங்கை கேட்க "ஹ்ம்ம். எனக்கே தெரியல. நான் எந்த மனநிலைல இருந்தேன்னு. அப்பறம்தான் எதுனாலன்னு தெரிஞ்சது..." என்று மறுபடியும் சொல்ல ஆரம்பித்தாள் விட்ட இடத்தில் இருந்து.

………………

ஒருவழியாக டியூட்டி டாக்டர் அவளுக்குத் தூக்க மருந்து கொடுத்து தூங்கவைத்தார்.

அவளையே பார்த்துக்கொண்டிருந்தவன் செய்வதறியாமல், சோபாவில் தலை கவிழ்த்து கைகளால் முட்டுக்கொடுத்து உட்கார்ந்துவிட்டான்.

'நேத்தும் இதே மாதிரி தான் சத்தம் வந்துச்சு. இன்னைக்கும். ஒரு வேலை என்னாலயா? இல்ல அடிக்கடி இப்படி வருமா? இவகிட்ட கேட்டா கண்டிப்பா சொல்லமாட்டா... யார்கிட்ட கேக்கறது?' யோசித்து யோசித்து தலையே பாரமானது.

காலை விடிந்தது. உறக்கத்தை நாடவேயில்லை அவன் கண்கள். அவளையே வெறித்துப் பார்த்துக்கொண்டிருந்தான்.

விடிந்ததும் சிறிதுநேரத்தில் அவனைப் பார்க்க கவுதம் வந்திருந்தான்.

"அண்ணா... என்ன கோலம் இது... நீங்க எதுக்காக இப்படி பண்றீங்கனே தெரில. யாரு இவ? இவளுக்காக எதுக்கு இதெல்லாம்?" இரண்டு நாள் குளிக்காத தோற்றத்துடன் இருந்த சக்தியைக் கேட்க

"எனக்கு ஒரு முக்கியமான வேலை இருக்கு கவுதம். டிரஸ் எடுத்துட்டு வந்தயா? குடு" என்று அவனிடம் வாங்கிக்கொண்டு குளித்து முடித்து வந்தான் வெளியே. மிதுலா இன்னமும் மயக்கத்திலேயே இருந்தாள்.

"இங்க பாரு கவுதம், நான் அரை மணிநேரத்துல வந்துடுவேன். அவ மோஸ்ட்லி எந்திருக்க மாட்ட. ஒரு வேலை எந்திருச்சா, சிஸ்டர கூப்பிடு அவங்க பாத்துப்பாங்க"

அவன் பதில் பேசுமுன் சக்தி கிளம்பியிருந்தான்.

அவன் சென்று ஒரு மணி நேரத்திற்கு மேல் ஆக, அவள் மயக்கம் கொஞ்சமாய் தெளிந்தது. சிரமப்பட்டுக் கண் திறந்து பார்க்க, தான் எங்கே இருக்கிறோம் என்று பார்வையை சுழலவிட்டாள்.

'எப்படி இங்கு வந்தோம்' என்று யோசிக்கும்போது அவள் கண்களில் கவுதம் மொபைல் நோண்டிக்கொண்டிருந்தது தென்பட்டது.

'சக்தி கூட தானே பேசிட்டு இருந்தேன்... இப்போ இவன் இருக்கான். அப்போ அவன் எங்க போனான்?' என்று யோசிக்க, அதே நேரம் கவுதமுக்கு அழைத்தான் சக்தி.

மொபைல் பார்த்துக்கொண்டே அவளைப் பார்க்க, அவள் முழித்திருக்கிறாள் என்று தெரிந்ததும், சக்தியிடம் பேசும்போது அதைச் சொன்னான். மறுமுனையில் இருந்தவன் என்ன சொன்னானோ, இவனுக்கு கோபம் தலைக்கேறியது.

போனை வைத்துவிட்டு அவள் அருகில் வந்தவன்...

"அதெப்படி... எல்லா ஆம்பளைங்களையும் மயங்கவெச்சுடுவயா? மொதல்ல நான்... இப்போ சத்தியண்ணா..." அவன் வார்த்தைகளை விட, அவள் புருவங்கள் சுருங்கின. அவனே தொடர்ந்தான்.

"நான் தப்பிச்சிட்டேன். அவர் எவளோ பெரிய வேலைல இருக்காரு? இன்னும் கொஞ்ச நாள்ல அமெரிக்கா'ல போய் செட்டில் ஆகப்போறாரு. ஆனா பாரு... இப்போ உன்பின்னாடி சுத்திட்டு இருக்காரு... அதுவும் குளிக்காம, சாப்பிடாம"

"நான் உன்னப்பத்தி அவளோ சொல்லியும், ஏன் உன்பின்னால சுத்தறாருன்னு தெரில... என்கிட்ட பேசினமாதிரி அவர்கிட்டயும் பேசவேண்டியது தானே. ஓ... என்ன விட அவரு..." என்று அவன் ஏளனமாகச் சொல்லிச் சிரிக்க, அவள் கை காட்டி அவனை பேசவேண்டாம் என்பது போல் தடுத்தாள்.

"வாய மூடிட்டு போய்டு. என் கண்ணு முன்னாடி நிக்காத. என்ன பண்ணுவேன்னு எனக்கே தெரியாது" என்று அவன் முகம் பாராமல் அவள் சொல்ல...

"ஓ... கோபம் வருதா. அப்போ அவரை விட்டுடு. உன்னை மாதிரி ஒரு பொண்ணை பாக்கக் கூட கூசுது" என்று அவன் சொல்லும்போது, சக்தி உள்ளே வந்தான்.

"மிது" என்றழைத்துக்கொண்டே அவன் வர, அவள் முகத்தில் அவ்வளவு கடுமை. அவன் கவுதமைப் பார்க்க, "நான் கிளம்பறேன்ண்ணா" என்று அவன் திரும்பி நடக்க எத்தனிக்க,

"ஹலோ மிஸ்டர் கவுதம். நீங்க மட்டும் ஏன் தனியா போறீங்க? உங்கண்ணனையும் கூட்டிட்டுப் போங்க" என்று சக்தியை சுட்டெரிக்கும் பார்வையில் பார்த்துக்கொண்டே சொன்னாள். சக்திக்கு ஒன்றும் புரியவில்லை.

கவுதம் அவள் புறம் திரும்ப, அவனைப்பார்த்து "என்ன பாக்கறீங்க? நீங்க சொன்னமாதிரி அவரை மயக்கம் தெளியவெச்சு கூட்டிட்டுப் போங்க. யாரும் அவரை இங்க இருக்கச் சொல்லல. ரெண்டுபேரும் போங்க மொதல்ல" என்றாள் 'வெளியே செல்' என்பதுபோல் செய்கையுடன்.

கண்களில் அவ்வளவு ஆக்ரோஷம். மனதில் அவ்வளவு வலி 'அவன் பேசியதைக் கேட்டு'.

சக்தி கவுதமைப் பார்க்க, கவுதம் வெளியேறினான். அவசரமாக அவன் பின்னே சென்றவன் "என்னடா அவகிட்ட சொன்ன?" என்று கோபமும் விரக்தியுடனும் கேட்டான்.

அனைத்தையும் சொன்னவன் "உன் நல்லதுக்குத்தான் பேசினேன்ண்ணா. இந்த மாதிரி பொண்ணெல்லாம் உனக்கு

வேணாம். கிளம்பு போலாம்" என்றான் சக்தியின் கைகளைப் பற்றிக்கொண்டு.

“அவகிட்ட பேசுன்னு நான் கேட்டேனா? இப்போதான் கொஞ்சம் நம்பிக்கை வந்துச்சு அவளை வழிக்குக் கொண்டு வந்துடலாம்ன்னு. அதுக்குள்ள" என்று தலையில் அடித்துக் கொண்டவன்,

"எனக்காக ஒன்னும் நீ பேசவேண்டாம். அவ கண்ல படாத இனிமே. நானே உன்கிட்ட பேசறேன்" என்று சொல்லிவிட்டு அவசரமாக அவள் அறைக்குள் சென்றான். இப்போது உள்ளே டாக்டர் மற்றும் சிஸ்டர் இருந்தனர்.

அவள் இன்னமும் கோபமாக இருக்க, டாக்டர் பரிசோதித்துக்கொண்டிருந்தார். அவளுக்கு மறுபடியும் ட்ரிப்ஸ் போடச்சொல்லி, ஒரு ஊசியை போட்டுவிட்டு, சக்தியிடம் தன்னைப் பார்க்க வருமாறு சொல்லிவிட்டுச் சென்றார்.

அவர் சென்றவுடன் "ஐம் சாரி மிது... அவன் இப்படிலாம் பேசுவானு நான் நினைக்கல. தெரியுது நீ கோபமா தான் இருக்கன்னு... பட், நீ ரொம்ப வீக்கா இருக்க. நான் சொல்றத நீ கேட்டயானா நான் சீக்கிரம் போய்டறேன். என்ன சொல்ற?" என்றான் இலகுவாக புருவத்தை ஏற்றி இறக்கி இதழோரம் புன்னகையுடன்.

அவளுக்கு அவன் முகம் புதிதாக இருந்தது. தன்னை வருத்தத்துடனோ, சோகத்துடனோ பார்க்காமல், சாதாரணமாக பார்ப்பது மனதை இலகுவாக்க, அவளின் இதழோரத்தில் புன்னகை.

"அப்போ டீல் ஓகே" என்றான் அவள் புன்னகையைப் பார்த்து. "எனக்குத் தூக்கம் வரமாதிரி இருக்கு" என்று சொல்லிவிட்டு கண்களை மூடிக்கொண்டாள் அமைதியாக.

ஆனால் மனது அமைதியாகவில்லை. ‘எவ்வளவு சொல்லியும் கேட்கமாட்டேன் என்கிறானே. தன் உடம்புக்கு என்ன ஆனது? இதுபோல் இதற்குமுன் ஆனதில்லையே’ என்று எண்ணிக்கொன்டே உறங்கிப்போனாள்.

அவள் உறங்கியது தெரிந்தவுடன், மருத்துவரை சந்திக்கச்சென்றான். அவரிடம் சிறிது நேரம் அவளைப் பற்றி பேசிவிட்டு வந்தான்.

வெளியில் இருந்த சில வேலைகளை முடித்தவன், சாயங்காலம் போல் வந்தான். அவள் எழும் வரை காத்திருந்தவன், அவள் எழுந்தவுடன், ஹாஸ்பிடலில் இருந்து புறப்பட்டனர்.

அவள் எதுவும் பேசவில்லை. அவனும் எதுவும் பேச முற்படவில்லை. அவளை வீட்டிற்கு அழைத்துச்சென்றான்.

வீட்டினுள் நுழைந்தவுடன் "சரி.. என்ன டீல் அது... எப்போ கிளம்பற சக்தி?" என்றவுடன் "இதோ இப்போவே கிளம்பறேன் " என்றவன் எதிர் வீட்டின் பூட்டைத் திறந்து, பின் இவள் புறம் திரும்பி கண்சிமிட்டிவிட்டு உள்ளே சென்றான்.

அதை "ஆஹ்" என்று ஆச்சரியத்துடனும் குழப்பத்துடனும் பார்த்தாள்!!

....

“**மே**டம் சக்தி ஸார் எதுக்கு எதிர் வீட்டுக்குள்ள போனாரு?” என்று ஆர்வத்துடன் கேட்டாள் மங்கை. மங்கையின் இந்த ஆர்வம் புன்னகையைத்தான் வரவழைத்தது மிதுலாவிற்கு,

(5)

மங்கையின் ஆர்வத்தைப் பார்த்த மிதுலா, மங்கையைப்போலவே "சக்தி ஸார் என் எதிர் வீட்டுக்கு குடித்தனம் வந்துட்டாரு" 'ஸார்' என்பதை கிண்டலாக சொல்லி சிரித்தாள்.

"என்ன மேடம் சொல்றீங்க? நீங்க அவரை திட்டினீங்களா?" இன்னமும் ஆர்வத்துடன் கேட்க, அன்றைய நினைவுகளுடன் கலந்த மிதுலா, மீண்டும் தொடர்ந்தாள் பழைய பக்கங்களைப் புரட்ட.

....

சக்தி எதிர் வீட்டின் கதவைத் திறந்துகொண்டு உள்ளே செல்வதைப் பார்த்தவள், சில நொடிகள் அங்கேயே நிற்க, பின் சுதாரித்துக்கொண்டு உள்ளே சென்றாள். அவள் வீட்டிற்குள் அல்ல. அவன் புகுந்த வீட்டிற்குள்.

உள்ளே சில பெட்டிகள் இருக்க, ஒரே ஒரு கேஸ் அடுப்பு. வீடு முழுவதுக்கும் காலியாக இருந்தது. அவளுக்கு கொஞ்சம் கொஞ்சம் புரிய "ஏய்... யாரு பெட்டி இதெல்லாம்?" என்று

கேட்கும் போது அவன் முகம் இன்னமும் புன்னகையைத் தழுவி இருந்தது.

அவள் கைகளைக் கட்டிக்கொண்டு "சோ, இங்கயே தான் இருக்கப் போற" நிறுத்தி "இருந்து என் உயிரை வாங்கப் போற... இல்ல...?" எரிச்சலுடன் கேட்டாள்.

அதே புன்னகை மாறாமல் 'ஆம்' என்பதுபோல் தலையை மட்டும் அசைத்தான்.

அவள் சோர்ந்துபோனாள். இவன் எப்படியும் போகமாட்டான். என்ன திட்டினாலும் போகமாட்டான். ஒருபுறம் அவனை நினைத்து மனது சந்தோஷப்பட்டாலும், இன்னொருபுறம் சந்தோஷப்படும் மனதை மிகவும் வெறுத்தாள்.

தளர்ந்து போனவளாய் எதுவும் பேசாமல் அங்கிருந்து வெளியே செல்ல நினைக்கும்போது "நீ கொஞ்ச நேரம் ரெஸ்ட் எடு. கதவைப் பூட்டாத. நான் கஞ்சி போட்டுத்தரேன்" என்றான்.

'யார் உதவியும் இல்லாமல் இருந்துவிட்டு, இப்போது இவன் யார் இதெல்லாம் பேசுவதற்கு, செய்வதற்கு' மனதில் கடுப்பு தோன்ற "அப்படியே கொஞ்சம் விஷத்தையும் கலந்து குடு. உன் தொல்லை இல்லாம போய் சேர்றேன்" என்று சொல்லிவிட்டு வெளியே செல்ல...

அவனும் விடாமல் "அப்படியா சரி, நீ குடிச்சதுக்கப்பறம் நானும் அதையே குடிச்சிக்கறேன்" என்றான் சிரிப்பை அடக்கிக்கொண்டு.

அவனைப் பார்த்து முறைத்தவள், அவள் வீட்டிற்குள் சென்று கதவை அறைந்து மூடினாள்.

வீட்டிற்குள் சென்றதும், நேற்று அவள் தூக்கி எறிந்த, தைத்த துணிகள் இருந்த பை கீழே கிடக்க, அவசரமாக அதைத் தூக்க முடியாமல் தூக்கிக்கொண்டாள்.

'ச்ச என்னை நம்பி வேலை குடுத்தாங்க. என்னைப் பத்தி என்ன நினைப்பாங்க' என்று அதை எடுத்துக்கொண்டு கதவைப் பூட்டும்போது, சத்தம் கேட்டு அவன் வெளியே வந்தான். கையில் துணிப் பையை பார்க்க, அவள் பேசாமல் அவனைக் கடந்து நடக்க முற்பட்டாள்.

"நான் மைதிலி மேம்'கிட்ட சொல்லிட்டேன். உனக்கு உடம்பு சரியில்ல, நாளைக்கு வந்து தருவேனுட்டு. சோ, போய்

ரெஸ்ட் எடு... போ" என்று அவளை செல்லவிடாமல் தடுத்தான்.

'இவன் அங்கு வரை சென்றுவிட்டானா?' பற்களை கடித்துக்கொண்டு கோபப்பட்டவள், பையை அவன் கால்மேலேயே போட்டுவிட்டு உள்ளே சென்றாள்.

அவள் போட்டது வலித்தாலும், சிரித்துக்கொண்டே உள்ளே சென்றான் அதை எடுத்துக்கொண்டு. சிறிதுநேரத்தில் கஞ்சி காய்ச்சி அவளுக்குக் கொடுக்க செல்ல, அவள் சோர்வாக உட்கார்ந்திருந்தாள்.

கதவைத் தட்டினான். திறக்க வில்லை. பலமாகத் தட்டினான் திறக்க வில்லை. "மிது நீ இப்போ திறக்கலை, கதவை உடைச்சுட்டு உள்ளே வருவேன்" என்று சொல்லிமுடிக்கவில்லை, கதவு திறந்தது.

"ஏன் கத்தற. நீ இங்க இருக்கறது எல்லாத்துக்கும் தெரியணுமா?" அர்ச்சனையை அவள் ஆரம்பிக்க "ஒழுங்கா கதவ தட்டறப்ப திறந்துட்டா, இவளோ பேசவேண்டியது வருமா" என்று அவளைப் பார்க்காமல், அவளைத் தள்ளிக்கொண்டு வீட்டிற்குள் சென்றான்.

அவன் எதையும் கண்டுகொள்ளாமல் இருப்பது கோபம் வந்தாலும் ஏனோ அவள் மனம் அதை விரும்பவும் செய்தது. அமைதியாக போய் படுக்கையில் உட்கார்ந்தாள்.

தன் நிலைமையை பார்த்துத் தானே வெட்கிக்கொண்டாள். யாரும் வேண்டாம் என்றிருந்தோமே. ஏன் இவனைப் பார்த்ததும் அந்த நினைப்பு மங்கிக்கொண்டிருக்கிறது.

தன் மனதின் திடம் இவ்வளவுதானா? என்று அவள் எண்ணிக்கொண்டிருக்கும் போது "மிது" என்று அவன் தெருவிற்கே கேட்கும்படி கத்தியதில் அவனைப் பார்த்தாள்.

"கத்திக் கத்தி தொண்டை தண்ணி வத்திப்போச்சு. இந்தா, இதை குடி" என்று அவளிடம் கஞ்சியைக் கொடுக்க, எதுவும் பேசாமல் வாங்கிக்கொண்டாள். ஏனோ அதைத் தடுக்கவும் முடியவில்லை. குடிக்கவும் முடியவில்லை.

அவள் பக்கத்தில் உட்கார்ந்தவன் "எதையும் யோசிக்காம குடி மிது" என்றான் அக்கறையாக. அவனைப் பார்த்துவிட்டுக் குடிக்க ஆரம்பித்தாள்.

"நாளைக்கு முருகன் கோபில் போலாமா?" அவன் கேட்க, கொஞ்சம் யோசித்தவள் "இல்ல, எனக்கு பீரியட்ஸ் வந்தாலும் வந்துடும். கோபிலுக்குப் போகக்கூடாது" என்றாள்.

"ஏன், கோபிலுக்குப் போகக் கூடாது?" கேள்வியாகக் கேட்க "ஆண்ட்டி தான் சொல்லிருக்காங்க. அவங்க போகமாட்டாங்கன்னு" என்றாள்.

புருவம் முடிச்சிட்டு "யாரு அந்த ஆண்ட்டி?" அவன் கேட்க, அவனைப் பார்த்து முறைத்து "வேற எந்த ஆண்ட்டிய எனக்குத் தெரியும்? யார் கூட நான் பேசியிருக்கேன்? உன் அம்மா தான்" என்றாள் கடுகடுவென.

அதிர்ந்து அவள் புறம் திரும்பி அவளைப் பார்க்க, "பீரியட்ஸ் பத்தி நிறைய சொல்லிருக்காங்க. எப்படி நடந்துக்கணும். நடந்துக்கக்கூடாதுன்னு. ஆனா பாரேன்... அது வந்ததுக்கப்பறம் நடக்க வேண்டியதெல்லாம், முன்னாடியே நடந்துருச்சு என் வாழ்க்கைல... ஆண்ட்டி அத பத்தி எதுவுமே சொல்லல" ஆற்றாமையுடன் அவள் சொல்ல, அதன் அர்த்தம் புரிந்து கொள்ள அவனுக்கு நேரம் எடுத்தது.

ஆனால் புரிந்தவுடன், இதயம் வெடிப்பது போல், வயிற்றில் பூகம்பம் வருவதுபோல் உணர்ந்தான், அவள் பட்ட வேதனையை நினைக்கும்போது... துடித்துப்போனான்!

“என் வாழ்க்கைல நிறைய நடந்துருச்சு சக்தி. இதெல்லாம் நடந்துருக்கும்ன்னு நீங்க யாருமே நினைச்சிருக்கமாட்டிங்க. அவளோ ஏன் ...அதெல்லாம் நடந்தப்ப என்ன நடக்குதுன்னே தெரியாம நான் இருந்தேன்"

“என்னை கார்ல ஏத்தினதுக்கப்பறம் மேனேஜர் அங்கிள் என்னை எங்கயோ போய் அடைச்சுவெச்சுட்டாரு. ஒன்னுமே புரியல. கை ,கால, கட்டிப்போட்டுட்டாங்க”

“மேனேஜர் அங்கிள்கிட்ட கேட்டேன் 'ஏன் இப்படி பண்ணீங்கன்னு', ஆனா அவர் பதிலே சொல்லல”

“அப்போ எவனோ உள்ள வந்தான். அவன்கிட்ட மேனேஜர் 'ஒரு ரெண்டு நாள் இங்க இருக்கட்டும். அப்பறம் கூட்டிட்டுப் போய் விட்டுடலாம்'ன்னு சொன்னாரு. அவனும் சரின்னு சொன்னான்”

"எனக்கு என்னன்னு புரில. ஆனா ரெண்டு நாள் அங்கேயே தான்னு மட்டும் புரிஞ்சது. அப்பறம் அந்த மேனேஜர் போய்ட்டாரு." அங்க இருந்தவன் ஏதோ சாப்பிடக் குடுத்தான் கைக்கட்ட அவிழ்த்துவிட்டுட்டு,

"நான் சாப்பிட முடியாதுன்னு சொன்னவுடனே, என் கழுத்தை நெறிச்சான். ஆனா என்ன தோணுச்சோ தெரில.. அவன் கை எங்க...கெங்கேயோ..." சொல்லும்போது தொண்டை அடைத்தது மிதுலாவிற்கு.

பக்கத்தில் இருந்த சக்தியின் கையுடன் தன் கையை இறுக கோர்த்துக்கொண்டாள். அவள் விரல் நகத்தினால் அவன் கையில் கொடுத்த அழுத்தம், அவள் அனுபவித்த வலியை விட ஒன்றும் பெரிதில்லை என்றே தோன்றியது சக்திக்கு...

அன்றிலிருந்து நடந்த சம்பவங்களை, தன் வாழ்வின் ரகசியத்தை ஒருவரைத் தவிர யாரிடமும் சொல்லாத மிதுலா, சக்தியிடம் நடந்ததைச் சொல்ல ஆரம்பித்தாள்!

....

இதை மிதுலா சொல்லிமுடிக்கும்போது சக்தி எப்படி உணர்ந்தானோ, அதேபோல் தான் உணர்ந்தனர் கதையைக் கேட்டுக்கொண்டிருந்த ஆதவனும் மங்கையும். வார்த்தைகளால் விவரிக்க முடியாத வலி!!!

❑

3
காழ்ப்பின் கருமை

ஆதவனும் மங்கையும் எதுவும் பேசாமல், என்ன பேசுவது என்று தெரியாமல் ஏதோ ஒரு இனம் புரியாத சங்கடத்துடன் மிதுலாவையே பார்க்க. அவளே புரட்டத் தொடங்கினாள் காழ்ப்புணர்ச்சியால் விளைந்த கனமான கருப்புப் பக்கங்களை.

....

மிதுலா சொன்னதை கேட்டு நொறுங்கிப்போனான் சக்தி.

அன்றிலிருந்து நடந்த சம்பவங்களை, தன் வாழ்வின் ரகசியத்தை ஒருவரைத் தவிர யாரிடமும் சொல்லாத மிதுலா, சக்தியிடம் நடந்ததைச் சொல்ல ஆரம்பித்தாள். அந்த ஒருவர் யார் என்பதையும் பார்ப்போம்.

அந்த அறையில் இருந்தவனின் கைகள் மிதுலாவிடம் அத்து மீற, என்னசெய்வதென்று தெரியாமல் அவனை அடிக்க ஆரம்பித்தாள். அனால் அதெல்லாம் எருமை மாட்டின் மேல் மழை பெய்ந்தது போல் இருந்தது அந்தத் தடியனுக்கு. மிதுலா துடித்துப்போனாள்.

அவனை எப்படித் தடுப்பது என்று தெரியாமல் "நான் சாப்பிடறேன். என்னவிட்டுடு" என்று அவனிடம் கைகூப்பி கெஞ்ச, அவளை விட்டான். பின் அவளைத் தொந்தரவு செய்யாத போதிலும், அவன் கண்கள் அவளிடம் பட்டு பட்டு மீண்டன.

அவன் மனதில் 'சரக்கு செம்மயா விலைபோகுமே. உன்னை இரண்டு நாள் மட்டும் வைத்திருந்து சம்பாதிப்பதை விட, விற்றால்?' என்ற எண்ணம் மேலோங்கியது.

இரவு எட்டியது. மிதுலாவின் மனதில் 'இன்னமும் ஒரே நாள் எப்படியாவது இங்கிருந்து போய்விட வேண்டும்' என்று எண்ணினாள். ஆனால் நடந்ததோ!

அன்றைய இரவு, அவளுடன் மூன்று சிறுமியர் அடைக்கப்பட்டனர். நால்வரையும் நடுராத்திரியில், துணிகளை ஏற்றிச்செல்லும் லாரியில், கை கால்களையும், வாயையும் கட்டியவண்ணம் ஏற்றிக்கொண்டு அந்த இடத்தில் இருந்து வெளியேறினர்.

பதறிப்போன மிதுலா, 'இரண்டு நாட்களில் சென்று விடுவோம்' என்றெண்ணியவளால் இதுயென்ன எங்கயோ கூட்டிச்செல்கிறார்கள் என்கிற பதட்டம், பயம். அவள் கண்கள் அந்த பீதியை காட்டியது.

இருப்பினும் அந்தச் சிறுமியால் என்ன செய்ய முடியும்? அதே நிலையில் அதே வயதில் இன்னமும் மூன்று சிறுமியர். நால்வர் கண்களிலும் அதே கலவரம். எதுவும் செய்யமுடியாத நிலை. ஏதோ அவர்களுக்குச் சாப்பிடக் கொடுக்க, நால்வரும் சிறிதுநேரத்தில் ஆழ்ந்து உறங்க ஆரம்பித்தனர்.

மிதுலா, உறக்கத்தில் இருந்து கண்விழித்து எழுந்த போது, ஒரு அறையின் பெரிய கட்டிலில் இருந்தாள். சுற்றியும் மங்கிய விளக்கின் வெளிச்சம். அறையினுள்ளேயே பாத்ரூம். அங்கே ஒரு டேபிள் மற்றும் ஒரு நாற்காலியே. ஏதோ அடைபட்டது போல் உணர்வு அவளுக்குள்.

எங்கு இருக்கிறோம். என்ன செய்யப்போகிறார்கள். என்ன நடக்கப்போகிறது. எதுவும் விளங்கவில்லை. பாவம் சின்ன பெண் ஆயிற்றே. சுற்றியும் பார்வையை சுழலவிட்டாள். மூச்சு முட்டியது.

அவளுக்கு அப்போது தெரியாத ஒன்று... இன்னமும் எட்டு ஆண்டுகள் அங்கேயே, அந்த அறைமட்டுமே என்று இருக்க போகிறாள் என்பதே.

இன்னமும் தெரியாத ஒன்று... தனக்கு ஒற்றை அறை வாழ்க்கை மட்டுமே வேண்டும் என்று அவள் வாழப் போகும் வாழ்க்கையைப் பற்றி.

உள்ளே இருபது வயதில் இருக்கும் பெண்மணி வந்தாள். இவளுக்குத் தேவையானதை உண்ணக்கொடுக்க, அவளிடம் "இது எந்த ஊரு? நான் எங்க இருக்கேன்? நீங்க யாரு?" என்று கேள்வி மேல் கேள்விகளைத் தொடுத்தாள்.

அந்தப் பெண், "அதெல்லாம் உனக்குத் தெரிஞ்சு என்ன பண்ணப்போற? நீ சின்னப் பொண்ணு. உனக்கு உதவியா இருக்கப்போறேன். நான் பக்கத்து ரூம் தான்." என ஏதோ சொல்லவேண்டுமே என்று சொல்லிவிட்டு அங்கிருந்து சென்றாள்.

அந்த உணவையே வெறித்து பார்த்தாள். 'இதைச் சாப்பிட வேண்டுமா?' என்ற எண்ணம் தோன்றினாலும் அன்று அவள் சாப்பிடமாட்டேன் என்று சொன்னபோது அவன் அத்துமீறியது நினைவிற்கு வர, பயந்து போனவள், அள்ளி அள்ளி உணவை வாயில் அடைத்துக்கொண்டாள் எங்கே அவன் வந்துவிடுவானோ என்று.

அவள் அறியாதது அதில் கலந்திருந்த மயக்க மாத்திரை.

சிறிதுநேரத்தில் எப்படி உறங்கினோம் என தெரியாமல் உறங்கிவிட்டாள். யார் அறைக்குள் வந்தார்கள் சென்றார்கள் என்றெல்லாம் தெரியவில்லை. அவளுக்கே தெரியாமல் ஒரு நடுத்தர வயதுமிகுந்தவனுக்கு விற்கப்பட்டாள்.

அவளுக்குத் தெரியாமலேயே அனைத்தும் முடிந்தது. அவன் வந்தான். அவள் மயக்கத்தில் இருக்கும்போதே செய்யவேண்டியதைச் செய்தான். பின் சென்றுவிட்டான்.

அவள் உறங்கிக்கொண்டிருக்கும் போது முன்பு வந்த பெண், அவளுக்கு மருத்துவ உதவிகளைச் செய்தாள். இடுப்பிற்கு கீழ் தையல். சில காயத்திற்கு மருந்து.

அந்தப் பெண்ணிற்கே தாங்கிக்கொள்ளமுடியவில்லை மிதுலாவைப் பார்க்கும்போது. முதலில் பார்த்த போது மலர்ந்து இல்லாவிட்டாலும் ஒரு அழகிய மலர் போல் இருந்தாள். ஆனால் இப்போது, கசக்கிப் போட்டது போல் துவண்டுபோயிருந்தாள்.

சிறிது நேரத்தில் மிதுலாவிற்கு நினைவு வந்தது. அவ்வளவு வலி. கழுத்து கைகளில் எரிச்சல் ஏதோ மருந்தின் வாடை. கண்களை நன்றாகத் திறந்து பார்க்க, பக்கத்தில் அதே பெண்.

"எனக்கு என்ன ஆச்சு? ஏன் மருந்து போட்டுருக்கு? கீழ ஏன் இவளோ வலி" என 'என்ன நடந்தது' என்று தெரியாமல்,

புரியாமல், பாவமாக, கலங்கிய கண்களுடன் மிதுலா கேட்க, அது அந்தப் பெண்ணின் மனதை வதைத்தது. அவள் கண்கள் கலங்கியது மிதுலாவிற்காக.

★★★

மிதுலாவின் முடியை ஆதரவாகக் கோதியவள், "இனி உன் வாழ்க்கை இப்படித் தான்... நீ பொறுத்துட்டு தான் ஆகணும் ம்மா..." என்றாள். அவளுக்குப் புரியவில்லை. புரிந்து கொள்ளும் வயதும் இல்லை.

அந்த விவரம் தெரியாத சிறுமிக்குத் தெரியவில்லை, பூப்படையும் முன்பே அவள் சீரழிக்கப்பட்டாள் என்று.

நாட்கள் அமைதியாகக் கழிந்தன. உடல் தேறும்வரை அனைத்தும் தள்ளிவைக்கப்பட்டன. மிதுலாவிற்கு புரிந்துவிட்டது. இனி வீட்டிற்கு செல்லவே முடியாது என்பது.

அவள் ஊரில் இருந்தபோதே, ஒரு இடத்தில் இல்லாமல் சுற்றிக்கொண்டே இருப்பாள். ஆனால் இங்கு!!!

ஒருநாள் அவளைப் பார்த்துக்கொள்ள வந்த அந்தப்பெண்ணிடம் "அக்கா. எனக்குப் புரிஞ்சுபோச்சு... என்னை இங்கேயிருந்து விட மாட்டாங்கன்னு. தலையே வெடிக்குது க்கா. என்கூட ஏதாச்சும் பேசுங்களேன். இந்த ரூம்லயே... சும்மாவே இருக்க முடில" என்று அந்த பெண்ணின் கைகளைப் பற்றிக்கொண்டு, கண்ணீர் மல்க மிதுலா கேட்ட விதத்தில் அந்தப் பெண் அவளை தழுவிக்கொண்டு பேச ஆரம்பித்தாள்.

"நான் கிறிஸ்டி. என் ஊரு பாலக்காடு. நர்ஸ் வேலை பாத்துட்டு இருந்தேன். இங்க மும்பைல வேலை தேடி வந்தேன். இவனுங்க கிட்ட மாட்டிட்டேன். இதோ... இந்த மாதிரி மருத்துவம் பாக்கற வேல. அதில்லாம அப்பப்போ அதையும் செய்யச் சொல்வானுங்க" என்று அவள் முடிக்கும்முன்

"எதைச் செய்யச் சொல்வாங்கக்கா?" என்று பரிதாபமாகக் கேட்ட மிதுலாவை பார்க்க முடியாமல் அங்கிருந்து சென்று விட்டாள்.

அடுத்தொருநாளும் மிதுலாவை மயக்குவித்து, முன்பு அவளிடம் வந்த அவனிடம், 'அரக்கன் போல்

நடந்துகொள்ளவேண்டாம், சிறிய பெண், அவள் உடம்பு தாங்காது' என கிறிஸ்டி சொல்லி உள்ளே அனுப்பிவைத்தாள்.

அவனும் அனைத்தையும் முடித்துவிட்டுச் சென்றான்.

மயக்கம் தெளிந்து எழுந்த மிதுலாவிக்கு உடம்பில் அவ்வளவு வலி. சோர்வு. ஏதோ இரவு பகலாக வேலை செய்ததுபோல்.

இதே நடைமுறை ஆனது சிலநாட்களுக்கு. அவளுக்குத் தெரியாமல் அவளை துவம்சம் செய்தான் அவன்.

மாதங்கள் நகர, அவளும் பெரிய பெண் ஆனாள். இருப்பது பத்தாது என்று நான்கு ஐந்து நாட்கள் அந்த வலி வேறு...

ஆனால் அவள் அப்போது அறியாதது இன்னும் சில நாட்களில் மயக்குவிக்காமல் அவளை அவன் அணுகப்போகிறான் என்று.

அந்த நாளும் வந்தது. அவன் உள்ளே நுழைந்ததும், பதறிப் போனாள். புது மனிதன் அறைக்குள் வந்ததைப் பார்த்து. பயம் உடம்பெங்கும் பரவியது.

அவனோ செய்ய வந்ததைச் செய்ய ஆரம்பிக்க, மிரண்டு போனாள் மிதுலா. தடுக்கவும் சக்தியில்லாமல்... நடப்பதைச் சகித்துக்கொள்ளவும் சக்தில்லாமல், தவித்தாள்.

அனைத்தும் முடிந்தது. எந்த ஒளிவு மறைவும் இல்லாமல். அவன் வேலை முடிந்ததும் சென்றுவிட்டான்.

பேய் அடித்தது போல் இருந்தாள் மிதுலா. கிறிஸ்டி சொன்ன எதுவுமே அவள் காதுக்குப் போகவில்லை. அந்தக் கொடூரத்தில் இருந்து மீள முடியாமல் பித்துப் பிடித்ததுபோல் இருந்தாள்.

இந்த வழக்கம் தொடர்ந்தது. முதலில் பயந்தவளுக்கு பழகிப்போனது. ஏதோ மிருகம் தன்னைச் சூறையாடுவதுபோல் நினைத்துக்கொண்டாள். தன்னையும் அறியாமல் கந்த சஷ்டி கவசத்தை சத்தமாகச் சொல்ல ஆரம்பித்தாள்.

அதிலேயே லயித்தாள். எதையும் பார்க்கக் கூடாது என்று கண்களை மூடிக்கொள்வாள். ஏனோ அது அவளுக்கு வலிமையை கொடுத்தது. எதையும் தாங்கும் வல்லமையைக் கொடுத்தது.

அனைத்தும் முடிந்து, வந்தவன் சென்றபின், நடந்ததை மறக்க, தனிமையை மறக்க, வீட்டின் நினைவை மறக்க, தன்னையே மறக்க அவள் தேர்ந்தெடுத்தது சஷ்டி கவசமே!!!

வருடங்கள் உருண்டன. தமிழ் தெரியாதவர்கள் அவளை அணுகும்போது, அவர்களுக்குப் புரியவில்லை.

ஆனால் ஒரு நாள் தமிழ் தெரிந்தவன் வந்தபோது, அவளை நெருங்கும்போது, அவளை ஆட்கொள்ள நினைக்கும்போது, கவசத்தை அவள் ஆரம்பிக்க, பதறிக்கொண்டு அவள் மேல் இருந்து எழுந்தான்.

'நிறுத்து' என்று அவன் பல முறை சொல்லியும் அவள் கேட்கவில்லை. அவளிடம் உக்கிரமாக நடந்துகொண்டான். பொறுத்துக்கொண்டு இன்னமும் சத்தமாகச் சொன்னாள். கோபத்தின் உச்சக்கட்டத்திற்கு சென்றவன், அந்த அறையை விட்டு வெளியேறினான்.

அந்த நிலைமையிலும், மிதுலாவின் இதழ்கள் சிரித்தது கவசத்தை சொன்னபடியே!!!

....

இதைக் கேட்டுக்கொண்டிருந்த சக்தியின் இதயம் துடிக்க மறந்தது. அவளின் முகத்தை பார்க்கமுடியவில்லை. பதபதைத்தது!!!

"பாத்தியா சக்தி. நீ சொல்லிக்கொடுத்த சஷ்டி கவசத்தோட மகிமையை. நிறைய சஷ்டி கவச ராத்திரிகள்" இதை மட்டுமே சொன்னாள். இப்போது அவள் கையை அவன் இறுக பற்றிக்கொண்டான்.

(2)

"**பா**த்தியா சக்தி. நீ சொல்லிக்கொடுத்த சஷ்டி கவசத்தோட மகிமையை. நிறைய சஷ்டி கவச ராத்திரிகள்" இதை மட்டுமே சொன்னாள். இப்போது அவள் கையை அவன் இறுகப் பற்றிக்கொண்டான்.

அவள் முகத்தில் எந்த உணர்வும் இல்லை. கோபமோ, சோகமோ எதுவுமே!

"ஆனா சக்தி... பாவம் கிறிஸ்டிக்கா. அவங்களுக்கு தவறி குழந்தை உருவாகிடுச்சு. அதுவும் இரட்டைக் குழந்தைகள். அழகா இருப்பாங்க தெரியுமா... என்னோட பொழுதுபோக்கே அவங்க தான்"

"கூட்டிக் கழிச்சு பாத்தா எத்தனை தடவைன்னு சொல்லத் தெரில. ஐநூறு இல்ல ஆயிரம் தொட்டுருக்குமோ? டே நைட் டூயுட்டி பாத்தோமே" விரக்தியுடன் சொன்னவள்

"என்னைப் போலவே தான் கிறிஸ்டி அக்காக்கும். ரெண்டு பேரும் கிட்டத் தட்ட சிறை கைதிகள் போல தான் இருந்தோம். எத்தனை பேர் எங்கள போல இருந்தாங்கன்னுகூட தெரியாது"

"அக்கா நிலைமை ரொம்ப பாவம். பிரசவம் கூட ஏனோ தானோன்னு அங்கேயே பண்ணிட்டாங்க. எங்க வெளிய விட்டா இந்த இடத்தைப் பத்தி மத்தவங்க கிட்ட சொல்லிடுவாங்கன்னு. முறை தவறி நடக்கிற தொழில் இல்லையா. அதான்"

"ஆனா சக்தி, ஒருத்தரோட வாழ்க்கை ஒரு நாள்ல மாறுமான்னு யோசிச்சிருக்கேன். ஆனா அது மாதிரி நடந்தப்ப, என்னால நம்பவே முடியல. ஒரு நாள் நைட் நான் புக் ஆனேன்" என்று சொல்ல ஆரம்பித்தாள்.

அன்று நடந்தது ஏனோ இப்போதும் கண் முன்னே ஓடியது அவளுக்கு.

....

அன்று இரவு தனக்கு சஷ்டி கவச ராத்திரி என்று தெரிந்த பின், கட்டிலில் உட்கார்ந்திருந்தாள் மிதுலா.

கதவு திறக்கும் சத்தம் கேட்டு, யார் உள்ளே வந்தது என்று கூட பார்க்காமல், முந்தானையில் குத்தியிருந்த பின்னை கழற்றிவிட்டு, அதைத் தளர்வாக்கிக்கொண்டு கட்டிலில் படுத்துக் கொண்டாள்.

அதுவே அவளின் வழக்கம். அதையே அன்றும் செய்தாள்.

படுத்தவள் கண்மூடிக்கொள்ள, கவசத்தைச் சொல்ல ஆயத்தமானாள். அதைத் தடுக்கும் விதமாக வந்தவன் பேசினான். "ஹலோ, நீங்க படுக்கலாம் வேணாம். எந்திரிங்க" என்றான் தமிழில்.

கண்களைத் திறந்து அவனைப் பார்த்தவள் "ஓ தமிழா... நான் இந்த மாதிரிதான்னு உள்ள வரப்ப சொல்லலையா அந்த ப்ரோக்கர்? என்னால வேற எதுவும் பண்ண முடியாது. எது வேணுமோ நீயே பண்ணிக்கோ" எரிச்சலில் பேசிவிட்டு கண்களை மூடிக்கொள்ள...

"ஐயோ இல்ல. நான் அத சொல்லல. எனக்கு இன்னிக்கி மூட் இல்ல" என்றான் தயங்கியவாறே.

அவன் சொல்லவருவதைப் புரிந்துகொண்டவள், விசித்திரமாக பார்த்துவிட்டு, எழுந்து முந்தானையை சரி செய்து கொண்டாள்.

"அப்போ மூட் இல்லனா கிளம்பு. உனக்கு மூடெல்லாம் என்னால ஏத்த முடியாது. அதுக்கு வேற ஆளப் பாரு" என்றவள் கட்டிலில் நன்றாக உட்கார்ந்துகொண்டாள் சம்மணமிட்டு.

ஏனோ அவள் நடவடிக்கைகள், இந்த பேச்சு, அவனுக்கு சுவாரசியமாக இருக்க "ப்ச்... அதுக்கெல்லாம் அவசியம் இல்ல. இப்போ வெளிய போனா ஃபிரன்ட்ஸ் கிண்டல் பண்ணுவாங்க... நீங்களும் நல்லா பேசறீங்க. ..வாங்க கொஞ்ச நேரம் பேசுவோம். அப்பறம் கிளம்பிடறேன்" என்றான் அவள் அருகில் உட்கார்ந்து.

அவளை கூர்ந்து பார்த்தபோது, அந்த விழிகள், யாரையும் ஈர்க்கும் விழிகள். ஆனால் அதில் உயிர் இல்லை. ஏதோ தொய்வு. இயங்கவேண்டுமே என்று அலைப்பாய்வது அவனுக்கு புரிந்தது.

அவனை ஏற இறங்கப் பார்த்தவள், "இது உனக்கு மொத தடவையா?" என்று சந்தேகத்துடன் கேட்க...

"ஹாஹாஹா... நீ நினைக்கிற அளவுக்கு நான் நல்லவன் கிடையாது. இன்னிக்கி எனக்கு மூட் இல்ல. அவளோ தான். அதுவும் நீ ரொம்ப இன்ட்ரெஸ்ட்டிங் கேரக்டரா இருக்க. என் ஃபிரன்ட் வந்தப்ப கந்த சஷ்டி கவசம் சொன்னயாமே" என்றவன் பலமாகச் சிரித்தான்.

'அவன் எவன்'ன்னு தெரிலயே' மனதுக்குள் நினைத்தவள் "ஆமா. பொறம்போக்குங்க என்னை என்ன செய்யுதுன்னு தெரியக்கூடாது. அதுக்குதான்" என்றாள் முகத்தை சுளித்துக்கொண்டு அருவருப்பாக.

"ஹ்ம்ம். அப்போ விருப்பம் இல்லாம இத நீ செய்றயா?" அவன் கேட்க "உனக்கெதுக்கு அதெல்லாம். தெரிஞ்சுட்டு என்ன செய்யமுடியும் உன்னால?" ஏளனப்புன்னகையுடன் கேட்டாள்.

அவளின் பேச்சு இன்னமும் சுவாரசியத்தை தர "என்ன வேணா செய்வேன். என் செல்வாக்கு அப்படி" என்றான் கர்வமாக.

சத்தமாகச் சிரித்தவள், கண்களை உருட்டியபடி "பார்ரா... அப்படி என்ன செல்வாக்கு?" நக்கலாகக் கேட்க "உனக்கு என்ன வேணும்ன்னு சொல்லு. நான் செய்றேன். அப்போ தெரியும் என் செல்வாக்கு என்னன்னு" என்றவன் குரலில் 'எதுவும் செய்யமுடியும்' என்ற தோரணை தெரிந்தது.

"அப்போ என்னை இங்க இருந்து வெளியே கூட்டிட்டுப் போக முடியுமா?" புருவத்தை ஏற்றி இறக்கி கேட்க, ஒரு நொடி யோசித்தவன், 'முடியும்' என்பதுபோல் தோள்களை குலுக்கினான்.

'ஒரு வேளை முடியுமோ' என்று நினைத்தவள், ஒரு நிமிடம் யோசித்தாள். "என்ன, யோசனைலாம் பலமா இருக்கு? எப்படி முடியும்ன்னு பாக்கறயா?" அவன் கேட்க "ப்ச்... இல்ல... என்ன கேட்கலாம்ன்னு யோசிச்சேன்" என்றவள்,

"என்னை வெளிய கூட்டிட்டு போ வேணாம். என்ன தங்கை மாதிரி பாத்துக்கற ஒருத்தங்க இருக்காங்க. பக்கத்து ரூம் தான். அவங்களுக்கு தவறி ட்வின்ஸ் பொறந்துட்டாங்க. அதுவும் பொண்ணுங்க. இங்க இருக்கிறவன் அதுகளையும் இந்தத் தொழிலுக்கு இழுத்துக்குவானோன்னு பயப்படறாங்க. அவங்கள உன்னால வெளிய கூட்டிட்டுப் போக முடியுமா?" ஆர்வத்துடன் அவள் கேட்டாள்.

அவளையே வைத்தகண் வாங்காமல் பார்த்தான். அவள் கண்களில் அவன் கண்டது என்ன? கனிவா? கரிசனையா? இல்லை பெரியமனிதத்தனமா? இந்த நிலைமையில், பிடிக்காத இடத்தில், 'தன்னை வெளியே கூட்டிச்செல்' என்று சொல்லாமல் வேறு ஒருவருக்காக யோசிக்கிறாளே... என்ற பல எண்ணங்கள் அவன் மனதில்.

அவன் அமைதியாக இருப்பதைப் பார்த்தவள் "அதுதான் சொன்னேன் உன்னால முடியாதுன்னு" சலிப்பாக அவள் சொல்ல...

"கண்டிப்பா முடியும். இப்போ என் ஃபிரன்ட் பக்கத்து ரூம்ல தான் இருக்கான். அது விஷயம் இல்ல. ஆனா ஏன் 'நீ வெளிய போகணும்ன்னு சொல்லாம அவங்கள சொல்ற'ன்னு யோசிக்கிறேன்" என்றான் கேள்வியாக.

"இதுல என்ன பெருசா யோசிக்க இருக்கு? எனக்கு எல்லாமே முடிஞ்சு போச்சு. இனி நான் நல்ல வாழ்க்கை வாழ்ந்து என்ன ஆகப்போகுது? எட்டு வருஷம் ஓடிடுச்சு. அதுக குழந்தைக" என்று சொல்ல வரும்போது "ஹே, என்ன எட்டு வருஷமா? அப்போ நீ இங்க எப்போ வந்த? உன் வயசு?" அதிர்ந்து கேட்டான்.

"இப்போ எதுக்கு அதெல்லாம். அது முடிஞ்சு போன கதை" என்று விரக்தியுடன் சொல்ல "இல்ல நீ சொன்னாதான் நான் ஹெல்ப் பண்ணுவேன். என்னால கண்டிப்பா முடியும்" என்றான் ஆழ்ந்த குரலில்.

அவளோ, அவளுக்கு நடந்ததை சலிப்புடன் சுருக்கமாகச் சொல்ல, அவன் மனம் அவளுக்காக துடித்தது.

அவளின் பேச்சு பெரிய பெண் போல் இருந்தாலும், முகம் இன்னமும் பசுமையாக இருந்தது. இவ்வளவு நடந்தும் தனக்காக கேட்கவில்லையே. அவன் மனதில் அவளைப் பற்றிய நல்ல எண்ணம் மேலோங்கியது.

"சரி. நீ கேட்டதுக்காக நான் கண்டிப்பா ஹெல்ப் பண்றேன். உனக்காக இன்னொன்னும் செய்யப்போறேன்" என்றவன் போனில் பக்கத்து அறையில் இருக்கும் நண்பனை அழைத்துப் பேசினான் சற்று தள்ளிச் சென்று.

பின்பு இன்னொருத்தனுக்கு அழைத்துப் பேசினான். சிறிது நேரத்தில் அந்த இடத்தினுடைய சொந்தக்காரன் கதவைத் தட்ட, அவள் சென்று திறந்தாள்.

அவளை நிமிர்ந்து கூட பார்க்காதவன், "சொல்லுங்க வருண் தம்பி. கூப்பிட்டுருந்தீங்க. சரக்கு பிடிச்சிருக்கா? ஹைபிரிட்

வெரைட்டி... சூப்பர் டீலக்ஸ்" என்றான் பெருமையாக மிதுலாவைப் பார்த்து.

அவளுக்கு அவன் பேச்சு அருவறுப்பாக இருக்க, வேறெங்கோ பார்ப்பதுபோல் முகத்தைத் திரும்பிக்கொண்டாள்.

வருண் "ஹ்ம்ம் நல்லாயிருக்கு" என்றவன் மிதுலாவிடம் கண்களாலேயே மன்னிப்புக் கேட்டுவிட்டு "எனக்கு உன்னால ஒரு காரியம் ஆகணும்" என்று பீடிகையோடு நிறுத்தினான்.

"சொல்லுங்க தம்பி. என்ன செய்யணும்" பணிவுடன் அந்த ப்ரோக்கர் கேட்க "ஒரு வாரம் ஸீ ஷோர் கெஸ்ட் ஹவுஸ் போறேன், என் ஃபிரன்ட்ஸ் கூட. அதுக்கு எனக்கு இவளும், அவன் இருக்கானே அந்த ரூம் பொண்ணும் ஒரு வாரம் வேணும்" என்றான் 'கண்டிப்பாக வேண்டும்' என்ற தொனியில்.

அதை அவன் சொன்ன அடுத்த நொடி மிதுலாவிற்குத் தூக்கி வாரி போட்டது.

'நல்லவன் மாதிரி பேசினானே' என்று நினைத்தவள் "என்னது ஒரு வாரம் வேற எங்கயோவா? என்னால முடியாது" என்று அவசரமாக மறுக்க, 'ஐயோ, இவ காரியத்தைக் கெடுத்துடுவா போலயே' வருண் நினைக்க, அவள் மறுப்பது ப்ரோக்கருக்கு கடுப்பைக் கிளப்பியது.

இதை வைத்து நிறைய பணம் பார்க்கலாம் என்றெண்ணியவன் "தம்பி, நான் சொன்னேனே சூப்பர் டீலக்ஸ்ன்னு. காசு அதிகமாகும். அதுவும் பத்திரமா திருப்பிக் கொண்டு வந்து விட்டுடுவீங்களா?" என்று குழைவுடன் கேட்க

"எவளோ வேணுமோ வாங்கிக்கோ. எனக்கு ரெண்டும் வேணும்" என்று சொல்லும்போது தான் கிறிஸ்டியையும் அவன் கேட்டது நினைவிற்கு வர "தம்பி, அந்த இன்னொரு சரக்குக்கு குழந்தைங்க இருக்கு. அதுகளை விட்டுட்டு அவ வர்றது கஷ்டம். வேற யாராச்சும் வேணும்னா..." இழுத்தான் தலை சொரிந்துகொண்டு.

"அதுகளையும் கூட்டிட்டு வரச்சொல்லு. ரெண்டு பேரும் பாத்துக்கட்டும். ஃபிரண்டுக்கு அவளை ரொம்ப பிடிச்சுருக்கு. ட்ரீட் குடுக்கறேன்னு சொல்லிருக்கேன். எனக்கு இவளை

பிடிச்சுருக்கு. இப்போவே மூட்டை முடிச்ச கட்ட சொல்லு ரெண்டுபேத்தயும்... கிளம்பணும்" என்று ஆணையிட்டான்.

மிதுலாவிற்கு அவன் என்ன செய்யப் போகிறான் என்று சுத்தமாகப் புரியவில்லை. அவனோ ப்ரோக்கரை அழைத்துச்சென்று ஏதோ பேசி அனுப்ப, ப்ரோக்கர் இவளிடம் வந்து ஒரு வாரத்திற்குத் தேவையானதை எடுத்துக்கொள்ளச் சொல்லிவிட்டு வெளியே சென்றான்.

அவன் வெளியே செல்லும் வரை பொறுத்திருந்தவள் "ஏய்... உன்னை நல்லவன்னு நம்பினேன் ச்சை. புத்திய காட்டிட்டல. இங்க வர்றவனெல்லாம் நல்லவனாவா இருப்பான்?" வார்த்தைகளை எய்தாள் கோபத்துடன்!

(3)

வருணோ அவள் அருகில் வந்து "மக்கு" என்று தலையில் குட்டிவிட்டு "ஒன்னு சொல்லவா...? இது வரை நான் என்ன நல்லது செஞ்சுருக்கேன்னு தெரில. ஆனா உன்ன பாத்தவுடனே, உன்கூட பேசினவுடனே உன்ன பத்தி கேட்டவுடனே, எனக்கு உன்ன ரொம்பவும் பிடிச்சுருச்சு"

“அதான் உனக்கு உதவறேன்னு சொல்லிட்டேன். அத கண்டிப்பா செய்வேன்" என்று அழுத்தமாகச் சொல்ல, அவனை ஆச்சர்யமாக பார்த்தாள் மிதுலா.

"ஹலோ ஹலோ... ரொம்ப ஃபீல் பண்ணாத. அந்த ப்ரோக்கருக்கு சந்தேகம் வந்துடும். போ, போய் சீக்கிரம் துணி எடுத்துவை..."

“அப்பறம் எல்லாத்தயும் எடுத்துக்காத. சந்தேகம் வந்துடும். உன் அக்காகிட்டயும் எதுவும் சொல்லாத இப்போ" என்று சொல்லிவிட்டுப் புன்னகையுடன் சென்று கட்டிலில் உட்கார்ந்துகொண்டான்.

அவனையே வெறிக்கப் பார்த்துக்கொண்டு 'யாரிவன்? நல்லவங்க கூட இங்க வருவாங்களா? நான் இங்க இருந்து போகப்போறேனா?' பல கேள்விகள் மனதில். சில சொட்டு கண்ணீர் அவள் கண்களில். நன்றியுடன் அவனைப் பார்த்தாள்.

அவள் கண்கள் கலங்கியிருந்ததைப் பார்த்தவன் "இந்த கண்ணுல இருந்து கண்ணீர் வந்தா நெஜம்மா ஏதோ பண்ணுது. ப்ளீஸ். அழாத" என்றான் கனிவாக.

அவள் கைகள் தானாக கூப்பியது. அதைப் பிரித்துவிட்டவன் "அம்மா தாயே, மாட்டிவிட்டுடாத. ஃபீல் பண்றேன்னு சொல்லிட்டு" என்று இதழோரம் புன்னகையுடன் சொல்ல, அவளும் புன்னகைத்தாள்.

கிறிஸ்டிக்கோ, என்ன நடக்கிறது என்று ஒன்றுமே புரியாமல் கிளம்பினாள். திடீரென அவளிடம் இருந்தவன், ஏதோ அழைப்பு வந்து, எடுத்துப்பேசியபின், அவளை நெருங்கவில்லை.

பின் ப்ரோக்கர் வந்து அவளையும் குழந்தைகளையும் கிளம்பச் சொல்ல, ஒன்றுமே விளங்காமல் தயாரானாள்.

அதிகாலை நேரம் ஆகிவிட, இருவரும் வெளியே அழைத்துவரப்பட்டனர்!!

கிறிஸ்டியோ 'இது என்னடா வாழ்க்கை. எவனெவனோ எங்கெங்கோ அழைத்துச்செல்கிறான்' என்று நினைக்க, மிதுலாவிற்கோ, வருணை நம்பினாலும், ஏதோ ஒரு பயம் நெருடிக்கொண்டே இருந்தது.

இருந்தாலும் 'தான் அனுபவிக்காததென்ன? புதிதாக ஒன்று வந்து என்ன செய்துவிடும்?' என்ற எண்ணமும் இருந்தது.

வருணின் நண்பன் காரை ஓட்ட, நடு சீட்டில் வருணும் மிதுலாவும் உட்கார்ந்திருக்க, பின் சீட்டில் குழந்தைகளுடன் கிறிஸ்டி உட்கார்ந்திருந்தார்கள். அப்போது கிறிஸ்டியின் பிள்ளைகளுக்கு நான்கு வயது.

"ஆமா, உன் பேரு என்னனு நான் கேட்கவே இல்லையே" என்று வருண் கேட்க, புன்னகைத்த மிதுலா தன் பெயரைச் சொன்னாள். "நைஸ் நேம். ஐம் வருண்" என்று தன்னை அறிமுகப்படுத்திக் கொண்டான். விசித்திரமாகப் பார்த்தாள் கிறிஸ்டி இதையெல்லாம்.

"இப்போ எங்க போறோம் வருண்?" மிதுலா கேட்க "நான் சொன்ன கெஸ்ட் ஹவுஸ்க்கு தான். விடிஞ்சதும் நீங்க எங்க

போகணும்னு சொல்லுங்க, அதுக்கான ஏற்பாடு பண்றேன்" என்று சொல்லும்போது தான் கிறிஸ்டிக்கு கொஞ்சம் கொஞ்சம் புரிந்தது.

மனது அவ்வளவு சந்தோஷமாக இருந்தது அவளுக்கு. சுதந்திரம் கிடைத்ததுபோல் உணர்வு. ஆண்டவர் அனுப்பிவைத்த தேவதையாகவே பார்த்தாள் வருணை.

மிதுலாவிற்கோ, என்னவென்று விளங்கிக்கொள்ள முடியாத உணர்வு. 'விடியும் விடியல் புது வாழ்விற்கான விடியல்' என்றே நினைத்தாள்.

எட்டு வருடத்தில் முதல் முறை வெளியே வந்திருந்தாள். தூரத்தில் சூரிய உதயம். கண்கள் கூசின.

பார்க்க முடியாமல் முகத்தை வருண் புறம் திருப்ப, அவன் என்ன என்பது போல் கண்களால் கேட்க, "எட்டு வருஷம்... சூரிய உதயம் கூட மறந்துடுச்சு இந்தக் கண்களுக்கு. அதுதான் கூசுது" என்றாள் மறுபடியும் உதயத்தைப் பார்த்து.

"ஒரு நாள் கூட வெளிய வந்ததில்லையா?" அதிர்ச்சியுடன் கேட்க "ஹாஹாஹா. ரூம விட்டு, நாலு சுவரை விட்டு வெளிய வந்ததில்லை வருண்" என்றாள் சாதாரணமாக. ஆனால் குரலில் அத்தனை வலி.

ஏனோ அவளால் சூரிய வெளிச்சத்தைப் பார்க்கமுடியவில்லை. இருக்கையில் தலைசாய்த்து கண்கள் மூடி அமைதியாக இருந்தாள். அவளின் ஒவ்வொரு செயலும் வருணைக் கவர்ந்தது. புன்னகையுடன் அவளையே பார்த்திருந்தான்.

கெஸ்ட் ஹவுஸும் வர, அவர்களை அழைத்துக்கொண்டு உள்ளே சென்றவன், நண்பனைக் கிளம்பச் சொல்லிவிட்டு, கிறிஸ்டியை ஒரு அறைக்கு அனுப்பி, மிதுலாவை மேலே இருந்த அறைக்குக் கூட்டிச்சென்றான்.

"நான் அக்கா கூடவே இருந்துக்கறேனே" என்று அவள் கேட்டும் விடாமல் மேலே அழைத்துச்சென்றான்.

அவளைத் தனியாக அழைத்துவந்தது, வயிற்றில் ஒரு மூலையில் பீதியாக இருந்தாலும் ஏனோ அவனை நம்பினாள்.

ஒரு அறையைக் காட்டி "நீ போய் ரெஸ்ட் எடுத்துக்கோ. தூக்கம் வரலைனா, பால்கனிக்கு போ. நீ அதுக்குப் பழகணும்" என்று சொல்லிவிட்டு கீழே சென்றுவிட்டான்.

'என்ன மாதிரி ஆண்மகன் இவன்? சந்தித்த இடம் சரியான இடமில்லை... ஆனால் கண்ணியம் தவறவில்லையே...' மனதில் வருணை மெச்சிக்கொண்டவள், உள்ளே சென்றாள்.

'அப்படி என்ன தான் இருக்கிறது அந்த பால்கனியில்' என்று பார்க்க, அசந்து போய் நின்றாள்.

சூரியன் ஒளிக்கதிர்கள் கடலை சீண்டிக்கொண்டிருக்க, அதைப் பார்த்த வானம் வெட்கப்பட்டு சிவந்திருக்க, அந்தச் சீண்டலில் கடலின் அலைகள் குதூகலித்துக்கொண்டிருந்தது.

அழகான அந்தக் காட்சியைப் பார்த்தவள், திடீரென ஏதோ தோன்ற, அவசரமாக உள்ளே வந்து கதவுகளை அடைத்துக்கொண்டாள். வெளிச்சம் உள்ளே வரக்கூடாது என்று.

அப்போதே புரிந்துகொண்டாள் வருண் ஏன் தன்னை இந்த அறைக்கு அழைத்துவந்தான் என்று. புன்னைகை தானாக ஒட்டிக்கொண்டது.

ஆனால் ஏனோ அந்த சூரிய வெளிச்சம் அவளை அவஸ்தையுறச்செய்தது. மனம் இருளையே நாடியது. எவ்வளவு நேரம் கட்டிலில் அமைதியாக உட்கார்ந்திருந்தாளோ, கதவு தட்டும் சத்தம் கேட்டுத் திறந்தாள். வாசலில் வருணும் கிறிஸ்டியும்.

கிறிஸ்டியிடம் வருண் அனைத்தையும் சொல்லியிருந்தான்.

இருவரும் உள்ளே வர " மிதுலா. நம்ம எங்க போகனும்ன்னு கேட்கறாரு. பிள்ளைங்களை வெச்சுட்டு நான் என் ஊருக்குப் போக முடியாது. அதுனால பெங்களூருக்கு ட்ரெயின் பிடிச்சுவிடச் சொல்லிருக்கேன். நீயும் என்கூட வந்துடு"

"சரிக்கா" என்று அவள் சொல்ல வர, "உனக்கு உன் வீட்டிக்கு போகணும்ன்னு இல்லையா மிதுலா?" கேட்டான் வருண்.

அதற்கு வெற்றுப் புன்னகையை உதிர்த்தவள் "இந்த நிலைமைல அவங்க முன்னாடி போய் நிக்கறதும் அவங்கள

உயிரோட கொல்றதும் ஒன்னு வருண். மனசை தேத்திருப்பாங்க இந்த எட்டு வருஷத்துல"

“இப்போ போய் இந்தக் கோலத்துல நின்னேன்னா துடிச்சுப்போயிடுவாங்க. நான் அக்காகூடவே போறேன்" என முடித்துவிட்டாள்.

அவனும் அதற்குமேல் அவளை வற்புறுத்தவில்லை. கிறிஸ்டியும், மிதுலாவும் புறப்பட்டனர்.

"நீ எப்படி புரோக்கர் கிட்ட சமாளிக்கப்போற?" மிதுலா கேட்க "அவன்லாம் ஒரு ஆளே கிடையாது. பணத்தை தூக்கிப்போட்டா பொறுக்கிட்டு ஓடிடுவான். மீறி பேச மாட்டான். அப்பாமேல பயம் இருக்கும் அவனுக்கு" என்றான்.

"அவளோ பெரிய ஆளா உன் அப்பா?" மிதுலா விழிகள் விரிந்து கேட்க ...

அவள் கண்களை பார்த்து புன்னகைத்து "அப்பா... MP" என்றான். அவளுக்கு அந்தப் பதவியின் ஆற்றல் பற்றித் தெரியவில்லை. கிறிஸ்டி அவனை ஆச்சர்யமாகப் பார்த்தாள்.

" ஓ... போலீஸ விட பெரிய வேலையோ?" அப்பாவியாக கேட்ட, மிதுலாவைப் பார்த்த வருணிற்கு அவள் வெளியுலக அனுபவமே இல்லாமல் இருப்பது வருத்தமாக இருந்தது.

"மிதுலா. MP'ங்கிறவங்க, பெரிய ஆளுங்க. போலீஸ்லாம் அவங்ககிட்ட வேலைபாக்கறவங்க" என்று விளக்க உரை அளிக்க கிறிஸ்டி ஆரம்பிக்க "நான் தெரிஞ்சுட்டு என்ன பண்ண போறேன்" சலிப்பாகப் பதிலளித்தாள்.

வருண் கிறிஸ்டியிடம், "நீங்க அவளைப் பத்திரமா பாத்துக்கோங்க. வெளி உலகமே தெரியாம இருக்கா" என்று சொல்லிவிட்டு, மிதுலாவிடம் ஒரு கவரை நீட்டினான்.

அவள் என்ன என்பது போல் பார்க்க "இதுல பணம் இருக்கு. நீங்க செட்டில் ஆகற வரை தேவைப்படும் இல்லையா? அதுக்கு தான்" என்றவன் தனது பாக்கெட்டில் இருந்து ஒரு போனை நீட்டினான்.

"இதுல என் நம்பர் ஸ்டோர் பண்ணி வெச்சுருக்கேன். ஒரு வருஷத்துக்கு ரீசார்ஜ் பண்ணிருக்கேன். ஏதாச்சும்னா உடனே கூப்பிடனும்... தயங்காம..." அக்கறையாகச் சொன்னான்.

"இதெல்லாம் எதுக்கு வருண்?" மிதுலா தயங்க "ப்ச்... ஏதோ உதவனும்ன்னு தோணுச்சு. அவ்ளோதான். உண்மைய சொல்லணும்ன்னா இது ஒரு பெரிய விஷயமே இல்ல எனக்கு" புன்னகையுடன் சொல்லி அவள் கையில் திணித்தான்.

'தெரிந்தவர்களுக்கே உதவ யோசிக்கும் காலத்தில், சம்மந்தமே இல்லாத எங்களுக்கு உதவ முன்வருகிறானே? இதுபோலவும் மனிதர்கள் இருக்கிறார்கள். என்னை சிறு வயதில் இங்கு கூட்டிவந்தவன் போலவும் மனிதர்கள் இருக்கிறார்கள்' என்று எண்ணிக்கொண்டாள் மிதுலா.

இருவரும் வருணுக்கு நன்றிகள் கூறிவிட்டு, புறப்பட்டனர்!!!!

....

தான் அந்தச் சிறை வாழ்க்கையில் இருந்து, வருண் என்ற ஒரு நல்ல மனிதன் மூலம் வெளியில் வந்ததை, சக்தியிடம் சொல்லிக்கொண்டிருந்த மிதுலா, அவனைப் பார்த்து "இதோட என் கஷ்டம் முடிஞ்சதுன்னு நினச்சேன் சக்தி. ஆனா விட்டாரா அந்த ஆண்டவர்?" வெறுப்புடன் சொன்னாள் மிதுலா.

அவளையே பார்த்திருந்தான். 'அப்போது என்ன வயது இருக்கும் அவளுக்கு. பார்க்கக்கூடாததையெல்லாம் பார்த்துவிட்டாள். இன்னமும் என்ன?' என்பது போல் பதட்டத்துடன் பார்த்தான் சக்தி.

(4)

அவளையே பதட்டத்துடன் பார்த்திருந்தான் சக்தி.

"நானும், அக்காவும் பெங்களூரு வந்தோம். எங்க போறது... என்ன செய்யறதுன்னு தெரியல. ஸ்டேஷன்லயே ரெண்டு நாள் இருந்தோம். பகல் நேரத்துல ஏதாச்சும் வீடு கிடைக்குதான்னு தேடினோம். ஒன்னும் தேறல. ஸ்டேஷன்ல சில பேர் எங்களை ஒரு மாதிரி பாக்க ஆரம்பிச்சுட்டாங்க"

“அப்பறம் அங்க இருந்த ஆட்டோக்காரன்’ட்ட அக்கா மலிவு வாடகை வீட்டை காட்டச்சொன்னாங்க. எங்களை ஏற இறங்கப் பார்த்துட்டு ஒரு ஏரியாவுக்கு கூட்டிட்டுப்போனான்”

“அக்காவோட நர்சிங் சர்டிஃபிகேட்’லாம் கிளம்பறப்ப எடுத்துக்கல. அதுனால ஆட்டோக்காரன்கிட்டயே வேலைஏதாச்சும் பாத்துக் குடுக்கச் சொன்னாங்க”

“ஒரு வழியா ஒரு சின்ன வீட்டுக்கு போய்ட்டோம். ஏனோ தெரில சக்தி... என்னால யாரையுமே சாதாரணமா பாக்க முடில. வெளியுலகத்தை ஃபேஸ் பண்ண முடில. ஆம்பளைங்கள பாத்தாலே, எங்க... அவன் கூட இருந்திருப்பேனோன்னு ஒரு எண்ணத்துலயே இருந்தேன்”

“அக்கா அத புரிஞ்சுட்டு அவங்களே வேலைக்குப் போனாங்க. ஒரு பெரிய அபார்ட்மெண்ட்ல 8 வீட்டுக்கு வீட்டு வேலை செஞ்சாங்க. முன் அனுபவம் தேவையில்லாத வேலையில்லயா. அதான்”

“நான் பசங்கள பாத்துட்டு வீட்ல இருந்தேன். அப்போ தான் அக்கா உடம்பு ரொம்ப பலகீனம் ஆச்சு. முன்னாடியே வீக்’கா தான் இருந்தாங்க. பட் ரொம்ப வீக் ஆகிட்டாங்க ஒரு ரெண்டு மாசத்துல”

“ஹாஸ்பிடல் போனாங்க. அங்க தான் எங்களுக்கு ஒரு பெரிய இடியே காத்துட்டு இருந்துச்சு...” நாமும் அவனுடன் சேர்ந்து என்ன நடந்தது என்று பார்ப்போம்...

....

ஹாஸ்பிடலுக்கு சென்ற கிறிஸ்டி, மருத்துவரை பார்த்துவிட்டு பரிசோதனைக்காக ரத்தம் கொடுத்துவிட்டு காத்திருக்க, அவளின் முறை வந்தது மருத்துவரைப் பார்க்க.

அந்த மருத்துவப் பெண்மணி கிறிஸ்டியை பார்த்ததும், அவளின் நிலை நன்றாக புரிந்தது. அவளிடம் சாதாரணமாகப் பேச்சைத் துவங்கியவர், பின்பு

"உன் பிளட் டெஸ்ட் ரிப்போர்ட்’ஸ் இப்போதான் பாத்தேன். உனக்கு வேற யாரும் இல்லன்னு சொன்னதால உன்கிட்டயே

சொல்லவேண்டிய நிலை. பதட்டப்படாம கேளு. உனக்கு HIV பாசிட்டிவ்'ன்னு வந்துருக்கு"

அதைக்கேட்டு அதிர்ந்த கிறிஸ்டி எதுவும் சொல்லாமல் பீதியுடன் இருக்க "அதுவும் ஆல்மோசட் லாஸ்ட் ஸ்டேஜ். நீ முன்னாடியே ஏன் செக்கப் போகல?"

அவள் சொல்லவா முடியும்... அவள் இரண்டு மாதங்கள் முன் எப்படி இருந்தாள் என்று. பதில் சொல்லாமல் அமைதியாய் இருந்தாள்.

சில நிமிடம் மௌனத்திற்குப் பிறகு மருத்துவரே "உன் பசங்கள கூட்டிட்டு வந்து டெஸ்ட் எடுத்துரு" என்று சொன்னதுதான் தாமதம், இதயத்துடிப்பு நின்று துடித்தது. அமைதியாக வீட்டிற்கு வந்தாள்.

குழந்தைகள் மிதுலாவுடன் விளையாடிக்கொண்டிருந்தார்கள். சோர்ந்துபோன கிறிஸ்டியைப் பார்த்ததும் மிதுலா விசாரிக்க, ஹாஸ்பிடலில் நடந்ததை முழுக்கச் சொன்னாள். அதே அதிர்ச்சி தான் மிதுலாவிற்கும்.

அவளுக்கும் எய்ட்ஸ் பற்றித் தெரிந்திருந்தது. ஆணுறையின் அவசியத்தைப் பற்றி ஒரு முறை கிறிஸ்டியே அவளுக்குச் சொல்லியிருந்தாள். அதுதான் மிதுலாவிற்கு இன்னமும் வருத்தமாக இருந்தது. நொறுங்கிப்போனாள்.

தான் இருக்கும் நிலையில், மிதுலாவை சமாதானப்படுத்துவதே பெரும்பாடாகிப்போனது கிறிஸ்டிக்கு.

பிள்ளைகளைக் கூட்டிக்கொண்டு, மிதுலாவிற்கும் சேர்த்து பரிசோதனை நடந்தது. மிதுலா வேண்டாத தெய்வமில்லை. குழந்தைகளுக்கு இருக்கக் கூடாது என்று. தன்னைப் பற்றித் துளியும் யோசிக்கவில்லை. முன்னே விளையாடும் குழந்தைகளே கண்ணில் பட்டனர்.

அவர்களின் ரிசல்ட் வர, மூவருக்கும் நெகடிவ் என வந்தது. கிறிஸ்ட்டிக்கு அப்போதுதான் போன உயிர் திரும்பி வந்ததுபோல இருந்தது. ஆனால் மிதுலா கிறிஸ்டியை நினைத்து மிகவும் வருந்தினாள்.

"அக்கா, வருண் குடுத்த பணம் இருக்கு. லட்ச ரூபாய் கிட்ட இருக்கும்லக்கா. அதைவெச்சு உங்களுக்கு டிரீட்மென்ட் பாக்கலாம். உங்களுக்கு ஒன்னும் இல்ல" என்று வந்த கண்ணீரைத் துடைத்துக்கொண்டு மிதுலா சமாதானப்படுத்த, கிறிஸ்டி ஏதோ யோசனையில் இருந்தாள்.

அன்றிரவு கிறிஸ்டி, "மிதுலா... நான் சொல்றத கேளு. தேவையில்லாம பணத்தை வேஸ்ட் பண்ணாத. நீ இருக்கறப்ப எனக்கென்ன கவலை. என் பசங்கள நீ பாத்துக்க மாட்ட? இன்னும் கொஞ்ச நாள்தான் எனக்கு'ன்னு டாக்டர் சொல்லிட்டாங்க" என்று சொல்லிமுடிக்குமுன்

"அக்கா, நான் வருணுக்குப் போன் பண்ணட்டுமா? கண்டிப்பா ஹெல்ப் பண்ணுவான்"

"என்ன பேசற நீ? இவளோ தூரம் பண்ணதே பெருசு. அதுவும் இல்லாம கைல பணம் குடுத்து அனுப்பி வெச்சுருக்கார். இதுக்கு மேல உதவி கேட்டா நல்லா இருக்காது. கேட்கவும் கூடாது"

மிதுலாவிற்கு என்ன செய்வது என்று தெரியவில்லை. தூக்கம் துளியும் வரவில்லை. இருவரும் பேசிக்கொள்ளவும் இல்லை. விடியும் நேரம் நெருங்க, மிதுலா குளிக்கச்சென்றாள்.

குளித்து முடித்து வந்தவள், கிறிஸ்டியைத் தேட, அவள் அங்கே இல்லை. ஏதோ பயம் உள்ளுக்குள் பரவியது அவளுக்கு.

குழந்தைகள் நன்றாக உறங்கிக்கொண்டிருந்தனர். பெரிய வீடு இல்லை என்றாலும் இரண்டு முறை தேடிவிட்டு கீழே சென்றாள் ஏதாவது வாங்க இறங்கியிருப்பாளோ என்று.

இவள் இறங்கி வருவதைப் பார்த்ததும், அந்த வீட்டின் உரிமையாளர் இவளிடம் ஓடிவருவது தெரிய, புரியாமல் 'எதற்கு' என்று யோசிக்குமுன், அதை அவரே சொன்னார்.

மிதுலா அப்படியே தரையில் உட்கார்ந்துவிட்டாள்.

"ஏன்மா... எந்திரி... என்ன ஆச்சு அந்தப் பொண்ணுக்கு...? ஆம்புலன்ஸ் கூப்பிட்டிருக்கோம். எப்போ கிணத்துக்குள்ள விழுந்துச்சுன்னு தெரில. அப்போவே யோசிச்சேன். இந்தமாதிரி தனியா இருக்கற பொண்ணுங்கள குடித்தனம் வைக்கறோமேனு"

என்று தலையில் அடித்துக்கொண்டு அவர் செல்ல, என்ன செய்வது என்று தெரியாமல், புரியாமல் ஸ்தம்பித்துப்போனாள் மிதுலா.

ஒரு முடிவாக, குழந்தைகளுக்குத் தெரியாமல் கிறிஸ்டியின் உடலை மருத்துவமனைக்கே தந்துவிட்டாள்.

அடுத்து என்ன என்பது பெரிய கேள்வியாக இருந்தது. தான் இனி வீட்டில் இருக்க முடியாது. குழந்தைகளைப் பார்த்துக்கொள்ள வேண்டும். என்ன செய்வது என்று புரியாமல் போக, 'வருணை அழைக்கலாமா?' என்று போனை தேடினாள்.

எங்கும் கிடைக்கவில்லை. வீடு முழுக்க அலசிவிட்டாள். எங்குமே இல்லை. கிறிஸ்டியின் வேலையாக இருக்கும் என நினைத்தவள், சோர்ந்து போனாள்.

இருப்பினும் வாழ்ந்தாகவேண்டுமே... குழந்தைகளுக்காக இனி... முடிவெடுத்தாள். வெளியுலகைப் பார்த்தாகவேண்டும் என.

"அண்ணா... அக்கா வேல பாத்த இடத்துக்கு என்ன கூட்டிட்டு போக முடிமா? நான் இனி அங்க வேல பாக்கறேன்" என்று அவர்களுக்கு உதவிய ஆட்டோக்காரனிடம் கேட்டாள் மிதுலா.

அங்கே சென்றவுடன், அங்கிருப்பவர்களிடம் தெரிந்துகொண்டு, கிறிஸ்டி வேலை செய்த வீட்டிற்கெல்லாம் சென்று தான் இனி வரப்போவதாகச் சொன்னாள்.

வீட்டின் பக்கத்தில் இருக்கும் குழந்தைகள் காப்பகத்தில் குழந்தைகளைச் சேர்ப்பதற்கான வேலைகளை முடித்தாள்.

அடுத்த நாளில் இருந்து அந்த எட்டு வீட்டிற்கும் மிதுலா வேலைக்குச் செல்ல ஆரம்பித்தாள்.

அதில் பாதி குடும்பம் தனிக்குடித்தனமே. வேலைக்குச் செல்லும் கணவன் மனைவி. காலையில் ஏழுமணிக்கு வேலை ஆரம்பிக்கும். முதல் இரண்டு வீட்டிற்கு குழந்தைகளை அழைத்துச்செல்பவள், மற்ற வீட்டிற்கு தனியே செல்வதை வழக்கமாக்கிக்கொண்டாள்.

அனைத்தும் நன்றாகப் போய்க்கொண்டிருந்தது ஒரு வாரத்திற்கு. முதலில் செல்லும் குடும்பம் ஒரு அழகான

கணவன் மனைவி வாழும் குடும்பம். மனைவிக்கு ஒத்தாசையாக இருக்கும் கணவன்.

இரவு, நேரம் கழித்து வரும் மனைவிக்காக காலையில் காஃபி போட்டுக்கொண்டு பக்கத்தில் ஆசையாக உட்கார்ந்திருக்கும் கணவன். மிதுலா பாத்திரங்கள் கழுவியபின், காலை சமையலை அவனே பார்த்துக்கொள்வான்.

காலை கணவன் மனைவியின் ஊடல், கண்ணில் பட்டால் கூட, அதை பாராமல் வீட்டு வேலையில் மூழ்கிவிடுவாள் மிதுலா. மனதில் ஒரு மூலையில் 'நமக்கு இப்படியெல்லாம் குடித்தனம் அமையாதில்ல' என்ற வருத்தமும் வரும்.

கண்கள் கலங்கும். மனது ஏங்கும். யாரும் பார்த்திரா வண்ணம் கண்களை துடைத்துக்கொள்வாள். தனக்கு வாழ்க்கை முடிந்தது என்பதையே ஆணி அடித்தாற்போல் தனக்கு தானே சொல்லிக்கொள்வாள்.

இன்னொரு வீட்டில் கணவன், மனைவி மற்றும் வீட்டில் ஒரு பெரியவர். மனைவி பிரசவத்திற்காக தாய் வீடு சென்றிருக்க, தாயும் மகனும் மட்டுமே. அங்கும் வேலை நன்றாகவே நடந்துகொண்டிருந்தது. ஆனால் விடுமா மிதுலாவின் விதி.

அன்று அங்கு வேலைக்கு சென்றபோது, அந்த பெரியவர் வீட்டில் இல்லை. அவரின் மகனே இருந்தான்.

மிதுலா தான் உண்டு தன் வேலையுண்டு என்று இருப்பதால் யார் இருக்கிறார்கள்... யார் தன்னை பார்க்கிறார்கள்... என்றெல்லாம் பார்த்ததில்லை. ஒருவேளை பார்த்திருந்தால், அந்த வீட்டின் ஆண் தன்னை தவறான எண்ணத்தோடு பார்ப்பது தெரிந்திருக்குமோ?

அவள் அன்று சமையல் அறையில் பாத்திரம் கழுவிக்கொண்டிருக்க, திடீரென இரு கைகள் அவளின் வெற்றிடையை சுற்றி வளைத்ததை உணர்ந்த மிதுலாவிற்கு சப்தநாடியும் அடங்கியது.

அந்த அரக்கனிடம் தன்னை விடுவிக்க முயற்சி செய்தாள். ஆனால் அவனோ எல்லைகளை மீறிக்கொண்டிருந்தான்.

"இவளோ அழகா இருக்கயே... எதுக்கு வீட்டு வேல செய்யணும். வேற ஏதாச்சும் பண்ணலாம்ல" என விரசமாக பேச, கூசியது மிதுலாவிற்கு அந்த பேச்சு.

எவ்வளவோ முயன்றும் அவன் கைகள் அவளிடம் அத்துமீற, கழுவ வைத்திருந்த திரவத்தை, பின்னால் நெருங்கி நின்றுகொண்டிருந்தவன் கண்களில் தெளித்தாள்.

அவன் தடுமாற, அவனிடம் இருந்து தப்பித்தோம் பிழைத்தோம் என வெளியில் வரும் வேளையில் அந்த வீட்டின் பெரியவர் உள்ளே நுழைந்தார்.

அவருக்குப் புரிந்தது என்ன நடந்திருக்கும் என்று. மிதுலா அங்கிருந்து ஓடிவிட்டாள்.

அந்தப் பெண்மணி மகனைப் பார்த்து, தலையில் அடித்துக்கொண்டு, "அவ வெளிய போய் நீ பண்ணினதை சொன்னா என்ன செய்வ?" என கடுகடுத்தவர், குரூரமாக யோசிக்க ஆரம்பித்தார் மகனைக் காப்பாற்ற.

மாலை நடைப்பயிற்சி செய்யும் போது, தன் வயதுள்ளவர்களிடம் மிதுலாவின் நடத்தையைப் பற்றி தவறாக பரப்ப ஆரம்பித்தார்.

அவளின் அதீத அழகு மற்றும் அவள் பார்க்கும் வேலை என சம்மந்தம் இல்லாமல் முடிச்சிட, அது காற்றுப்போல் பரவியது. மிதுலாவின் காது பட பேச ஆரம்பித்தனர். கூனிக்குறுகிப்போனாள். மனிதர்களையே வெறுக்க ஆரம்பித்தாள்.

தன் அழகை வர்ணிப்பவர்களை கொலைவெறியோடு பார்த்தாள். தன் அழகை முற்றிலுமாக வெறுத்தாள்.

‘இந்த அழகுதானே இதற்குக் காரணம். அதை அழித்துவிட்டால்?’

‘எப்படி’ என்று யோசித்தவளுக்கு ஞாபகம் வந்தது "ஆசிட்". அதை வாங்கியும் வந்தாள்!!

....

மிதுலா அனைத்தையும் சொல்ல, கேட்டுக்கொண்டிருந்த சக்தி, பதறிப்போய் "மிது..." என்று கத்திவிட்டான்!!

(5)

சக்தியைப் பார்த்து வெற்றுப்புன்னகையை உதிர்த்தவள் "என் மூஞ்சி இன்னமும் நல்லா தானே இருக்கு சக்தி?"

"ஆமா... கோபத்துல ஆசிட் வாங்கினேன். இந்த அழகு எனக்கு ஆபத்துன்னு தோணுச்சு... ஆனா பாரேன், அதுக்கெல்லாம் தைரியம் வேணும் சக்தி..."

"ஆசிட்டை கைல எடுத்தேன். ஆனா ஒரே பயம். கையெல்லாம் நடுக்கம்... கண்முன்னாடி பசங்க விளையாடிட்டு இருந்துச்சு. எனக்கொன்னுனா என்ன பண்ணுங்கன்னு ஒரு பயம்"

"அந்தப் பயத்துல, கை நடுக்கத்துல ஆசிட் தவறி கால்ல விழுந்துடுச்சு" என்றவள் தன் கருகிப்போன கால்களை அவனிடம் காட்டாமல் மறைக்க நினைக்க, அதற்குள் பார்த்துவிட்டான் சக்தி...

அதை பார்த்தவன் கண்கள் தானாக கலங்க, கருகிப்போயிருந்த பாதத்தை, பதற்றத்துடன், கை நடுங்க வருடினான்.

அவன் கண்களில் இருந்து கண்ணீர் அவள் பாதத்தில் பட, அதை உணர்ந்தவள், வெடுக்கென கால்களை அவனிடம் இருந்து பிரித்துக்கொண்டாள்.

"விளையாடிட்டு இருந்த குழந்தைங்க பக்கத்துல வந்துட்டா என்ன செய்யன்னு, அவசரமா செருப்பு கூட போடாம, ரெண்டையும் இழுத்துட்டு ஹாஸ்பிடல் போனேன்"

"நடக்கவே முடில. புடவை பட்டு இன்னமும் எரிச்சல். என்னய நானே நொந்துக்கிட்டேன். தனியா இருந்திருந்தா, வாழ்ந்தென்ன பயன்னு உயிரை விட்டுடலாம். ஆனா என்னை நம்பி அக்கா விட்டுட்டுப்போன குழந்தைகளின் நிலைமை யோசிக்கவெச்சது"

"அப்போ யோசிச்சேன் சக்தி 'எனக்கு ஏன் யாருமே இல்லன்னு'. ரொம்ப கஷ்டமா இருந்துச்சு. அப்போ திடீரென ஒரு யோசனை. ஒருநாள் நைட் குழந்தைகளை கூட்டிட்டு தேவையான பொருட்களை மட்டும் எடுத்துட்டு, பெங்களூருல இருந்து புறப்பட்டேன்.

அவள் எங்கு புறப்பட்டாள் என்ன செய்தாள் என்று பார்ப்போம்.

....

அவள் பெங்களூருவில் இருந்து வந்திறங்கியது பாண்டிச்சேரிக்கு. தான் மட்டும் என்றிருந்திருந்தால் இந்த முடிவை எடுத்திருக்க மாட்டாள். ஆனால் குழந்தைகளின் நிலைமை அவளை யோசிக்கவைத்தது. தாய் தந்தையைப் பார்க்க வந்திறங்கினாள்.

ஆனால் முதலில் சென்றது, அவள் பாட்டி தாத்தா நிர்வகித்த *NGO*'விற்கு. அங்கே உள்ளே செல்லும்போது, பழைய நினைவுகள்... தான் சிறுவயதில் அங்கே செய்த அலப்பறைகளெல்லாம் நினைவிற்கு வந்தது.

அவளின் தற்போதைய நிலைமை... யாரேனும் தன்னைக் கண்டுகொண்டால் என்ன செய்வது என்ற சின்னப் பதற்றம் வேறு ஒரு பக்கம்.

அங்கிருந்த ஒருவரைப் பார்த்தாள். முன்பு பார்த்திடாத முகம். புதிதாக சேர்ந்திருப்பார் என யோசித்தவள், அவர் அருகே சென்றாள். தனது தாத்தா பாட்டியின் பெயரைச் சொல்லி விசாரிக்க ஆரம்பித்தாள்.

"இங்க ஜோசப் ஸார், இல்ல கேத்தரின் மேடம் பாக்க முடியுமா?"

அந்த மனிதரோ "நீங்க யாரு?" என கேட்க, மிதுலா அதற்கு "அவங்களுக்கு தூரத்து சொந்தம்" என்றாள்.

"ஓ. ஜோசப் ஸார் போன வருஷம் இறந்துட்டாரு. கேத்தி மேடம் அவங்க மகள், மருமகன் இறந்த கொஞ்ச நாள்லயே இறந்துட்டாங்க" என்ற இடியை இறங்கினார்.

'என்ன... அம்மா அப்பாவும் உயிரோடில்லையா?' மனம் அழுத்தியது. கண்டிப்பாக தன்னை நினைத்துத்தான் இப்படி ஆகியிருக்க வேண்டும் என்று எண்ணினாள்.

கண்கள் கலங்கின. ஆனால் எதிரில் இருப்பவருக்குத் தெரியக்கூடாது என்று மூச்சை இழுத்து விட்டுவிட்டு, தான் கிளம்புவதாகச் சொல்லிச் சென்றுவிட்டாள்.

இன்னும் கொஞ்சம் அதிகம் விசாரித்திருந்தால், சக்திவேல் என்பவர் தான் தற்போதய செயலாளர் என்று தெரிந்திருக்குமோ? விதியின் மற்றொரு விளையாட்டு.

அடுத்து என்ன. கையில் பணம் இருக்கிறது. ஆனால் என்ன செய்ய. ஒன்றுமே புரியவில்லை மிதுலாவிற்கு. ஏனோ அவர்களுடைய *NGO*'வில் உதவி கேட்க கூச்சமாக இருந்தது.

தன்னைப் பற்றிச் சொல்ல நேரிடுமோ? தாய் தந்தை பாட்டி தாத்தா என்று யாரும் இல்லாதபோது எப்படி எதிர்கொள்வது என்று யோசனையாக இருந்தது.

சாப்பிட குழந்தைகளை கூட்டிச்சென்றாள். அவர்களுக்கும் ஐந்து வயதாகப்போகிறது.

ஒருவேளை யாரிடமாவது உதவிகேட்டு பிள்ளைகளை ஹாஸ்டலில் படிக்கவைத்தால், தான் எப்படியாவது வேலைக்கு சென்று உதவிவிடலாம் என்றெண்ணினாள்.

சாப்பிட்டு முடித்து வெளியே வர, பாட்டியுடன் செல்லும் சர்ச்சை பார்த்ததும், அவள் அறியாமல் குழந்தைகளைக் கூட்டிக்கொண்டு உள்ளே சென்றாள்.

அங்கே பாதிரியாரைப் பார்த்தாள். உதவி கேட்கலாமா என யோசிக்க, அவள் தயங்குவதை அவரே பார்த்து, அவளிடம் ‘ஏதாவது தேவையா’ என்று கேட்டார்.

அவரைப் பார்த்ததும், கண்கள் கலங்கின. பாட்டியுடன் செல்லும்போது அவரைப் பார்த்திருக்கிறாள்.

தான் மிகவும் கஷ்டப்படுவதாகவும், குழந்தைகளைப் படிக்க வைக்க யாரை அணுகவேண்டும் என கேட்க, அவர் புரிந்துகொண்டு அவளை ஒரு டிரஸ்ட்டின் பெயரைச்சொல்லி அவர்கள் உதவுவார்கள் என்று அனுப்பிவைத்தார்.

அவளும் அங்கே செல்ல, அங்கு ஓர் அதிர்ச்சி காத்திருந்தது.

அந்த டிரஸ்ட்டின் தலைவரைச் சந்திக்க உடனடியாக சென்றாள் மிதுலா. அவரைப் பார்க்க அனுமதி கிடைக்க, உள்ளே சென்றாள். அவர் சமூக ஆர்வலரும் கூட. வயதில் முதியவர். ஏனோ பார்ப்பதற்கு ஒரு தகப்பன் ஸ்தானத்தில் இருப்பவர் போல் தெரிந்தார் அவளுக்கு.

அவருக்கு வணக்கம் சொல்லிவிட்டு, "ஸார், எனக்கு கொஞ்சம் கஷ்டம். பசங்களை ஹாஸ்டல்ல தங்கவெச்சு படிக்க வைக்கணும். எவளோ செலவானாலும் நான் கஷ்டப்பட்டு பணம் தந்துடறேன்" அவரிடம் கோரிக்கை வைத்தாள்.

அவர் "பண்ணிடலாம்மா. என்ன வயசாகுது பசங்களுக்கு" என கேட்க

"அஞ்சு வயசு இருக்கும் ஸார்" என்றாள் எதார்த்தமாக. ஏதோ அவருக்குப் பொறிதட்ட "இருக்கும்னா என்ன அர்த்தம்? பர்த் சர்டிஃபிகேட் தா பாப்போம்" கேட்டார் அவளிடம். அவள் 'என்ன சொல்வது' என்று தெரியாமல் யோசித்தாள்.

'எங்கு படிக்க வைக்கவேண்டுமானாலும் பிறப்புச் சான்றிதழ் வேண்டும். உண்மையை சொல்லிவிடுவோமா' என யோசிக்க "உன் பசங்க தான இவங்க. இல்ல கடத்திட்டு வந்துருக்கயா?" அவளின் யோசனையை பார்த்து நேரடியாக கேட்டார்.

'இனி மறைத்துப்பயனில்லை' என்று அனைத்தையும் மும்பையில் இருந்து, பெங்களூருக்கு வந்து, பின் இப்போது பாண்டிச்சேரி வரை நடந்ததை மறைக்காமல் சொன்னாள் மிதுலா.

சிறிதுநேரம் மௌனம் காத்தவர், பின் மெதுவான குரலில் பேச ஆரம்பித்தார்.

"இங்கபாரும்மா. பிள்ளைங்க பர்த் சர்டிஃபிகேட் இல்லனா எங்கயும் சேர்க்க முடியாது. மீறி நீ ஏதாச்சும் சொன்ன, இது உன் பிள்ளைங்க இல்லனு கண்டுபிடிச்சுடுவாங்க. ஆனா நான் உனக்கு உதவுறேன். அதுக்கு நீ எனக்கு என்ன செய்வ?" நாற்காலியில் நன்றாகச் சாய்ந்த வண்ணம் கேட்க, மிதுலாவிற்கு புரியவில்லை.

இருப்பினும் "செலவு எல்லாம் நான் பாத்துக்கறேன் ஸார். சீட்டு மட்டும் வாங்கிக்கொடுத்தா போதும்" என்றாள் அப்பாவியாக.

"ஹாஹாஹா. நான் கேக்கறது புரியாத மாதிரியே நடிக்கறயே" அவர் பார்வை எங்கெங்கோ தொட்டு மீண்டது. புரிந்துவிட்டது மிதுலாவிற்கு. அந்தக் கிழவனை அருவருப்பாக பார்த்தாள்.

"இத்தனை வருஷம் அந்தத் தொழில் பண்ணவதானே நீ? என்னமோ கண்ணகி மாதிரி பாக்கற? தொழில்ல எத்தனை

பேத்த பாத்துருப்ப. என்ன மாதிரி வயசானவங்களையும். ஹ்ம்ம்... '' எகத்தாளமாக கேட்க, வெட்கிப்போனாள் மிதுலா.

பதிலேதும் சொல்லாமல் அவள் எழுந்து நடக்க, “ஒன்னும் அவசரமில்லை. நாளைக்கு கூட வந்து பாரு... ஒரு நைட் போதும்... உனக்கு சம்மதம்ன்னா... நாளை மறுநாளே பசங்கள நான் நல்ல போர்டிங் ஸ்கூல்ல சேர்க்க ஏற்பாடு செய்வேன்” என்றார் விடாமல்.

காதில் விழுந்தும் கேட்காததுபோல் வெளியேறினாள் மிதுலா.

தன் வாழ்க்கையின் அந்தரங்கத்தை தெரியாத ஒருவரிடம் பகிர்ந்து கொள்வது எவ்வளவு முட்டாள்தனம் என்பது புரிந்தது மிதுலாவிற்கு. ஆனால் சற்று தாமதமான புரிதல்... ஆண்கள் இனத்தையே மொத்தமாக வெறுத்தாள்.

எங்கு செல்வது என்று தெரியவில்லை. தனக்கு ஏன் இந்த சோதனை என்று எண்ணினாள். கண்கள் கலங்கின. அங்கிருந்த ஒரு பூங்காவில் குழந்தைகளை விளையாடச் சொல்லிவிட்டு யோசிக்க ஆரம்பித்தாள்.

எங்கு படிக்கவைக்க வேண்டுமானாலும் சான்றிதழ் வேண்டும். எல்லோரிடமும் இனி தன் கதையை சொல்ல முடியாது. மண்டையே வெடித்தது மிதுலாவிற்கு.

இன்னமும் யோசித்தாள் வேறு வழி இருக்கிறதா என்று. என்ன யோசித்தும் என்னசெய்வது என புலப்படவில்லை அந்த இருபது வயதே முடிந்த பெண்ணிற்கு. அறிவுரை கேட்க யாருமில்லை.

பாவம் சிறுவயதில் அடைபட்டவள், வெளியுலகம் பார்த்து சில மாதங்களே ஆன நிலையில், எதுவும் விளங்காமல் மூளை குழம்பியது.

'தனக்கு விருப்பமில்லாமல், எவனோ ஒருவன் சம்பாதிக்க தன் உடலை இத்தனை நாட்கள் அடகு வைத்தோம். ஏன் ஒரே ஒரு முறை செய்யக்கூடாது? அதுவும் அக்காவிற்காக? கெட்டுப்போனது கெட்டுப்போனதுதானே' என்ற எண்ணமும் வந்து சென்றது.

பிள்ளைகளைப் பார்க்கும்போது அக்கா ஞாபகம் மட்டுமே வந்தது. தன்னை நம்பி விட்டுச் சென்றிருக்கிறார். நல்ல

வாழ்க்கை தந்தாகவேண்டும். இப்போதிருக்கும் ஒரே வழி.. தனக்குத் தெரிந்த வழி இதுதான். இதுவே கடைசிமுறை... முடிவெடுத்துவிட்டாள்.

இருந்தாலும் ஒரு யோசனை. தன்னைப் பற்றி அந்தக் கிழவன் தெரிந்துகொண்டான். பிள்ளைகளை வைத்து மறுபடியும் மறுபடியும் அழைக்க நேர்ந்தால்? எப்படி அவனைத் தடுப்பது?

அப்போது ஞாபகம் வந்தது. வருண் அவர்களுக்கு வாங்கித்தந்திருந்த போன் மூலம் போட்டோ எடுக்கலாம் என்று.

இருவரும் சேர்ந்திருப்பதுபோல் ஒரு போட்டோ மட்டும் இருந்தால் போதும். அந்தக் கிழவன் ஒருவேளை மறுபடியும் கேட்டால் அதை காண்பிக்கலாம் என்று முடிவெடுத்து, வருண் தந்ததிலிருந்து கொஞ்சம் பணம் எடுத்து அன்றே ஒரு போன் வாங்கிக்கொண்டாள்.

எப்படி உபயோகிப்பது என்பதை கையேட்டைப்பார்த்துக் கற்றுக்கொண்டாள்.

அடுத்த நாள் காலை முதல் வேளையாக, அந்தக் கிழவனை பார்க்கச் சென்றாள்.

"நீ வருவேன்னு தெரியும்" குரூரமாகச் சிரித்தான் அந்த கிழவன்.

"நாளைக்கி என் பசங்கள ஸ்கூல்ல சேர்த்துவிடுவயா?" மரியாதையெல்லாம் பறந்தது. "இவனுக்கு எதற்கு" என்று.

"கண்டிப்பா... முன் பணம் கூட நானே கட்டிடறேன். அடுத்த வருஷத்துலயிருந்து நீ கட்டிக்கோ. என்ன... பெரிய ஸ்கூல்ல போடணும்னா அதிகம் செலவாகும். இருந்தாலும் உன்கிட்ட தான் கைவசம் தொழில் இருக்கே. நீ பாத்துப்ப" நக்கலாகச் சிரிக்க, உடல் முழுதும் தகித்தது மிதுலாவிற்கு.

ஒருவேளை தனக்குத் தேவை இல்லாமல் இருந்திருந்தால், அவனைக் குத்தி கொலை செய்யும் அளவிற்கு கோபம் வந்தது. இருந்தும் அமைதியாக இருந்தாள்.

சாயங்காலம் அவன் சொன்ன இடத்திற்கு மிதுலா வந்தடைய, அவளை அழைத்துக்கொண்டு ஒரு வீட்டிற்குச் சென்றான்.

குழந்தைகளுடன் சென்றவள், அவர்களை தூங்கவைத்துவிட்டு, அந்த கிழவன் இருக்கும் அறைக்கு சென்றாள்.

அவனும் அவன் உடையும்... அருவருப்பாக இருந்தாலும், இதுவே கடைசி முறை என்று தனக்குத் தானே பலமுறை சமாதானம் செய்துகொண்டு, கிழவன் செய்யும் அட்டூழியங்களுக்கு இணங்கிப்போனாள்.

அவன் தன்னையே மறந்திருக்கும் நேரம் பார்த்து ஓரிரு போட்டோக்கள் மட்டும் எடுத்துக்கொண்டாள் மிதுலா.

....

"**நா**ன் செஞ்சது தப்புதானே சக்தி? முன்னாடி... வேற வழி இல்லாம அத செஞ்சேன். ஆனா இந்தத் தடவை தெரிஞ்சே செய்தேனே" அவனைப் பார்க்க முடியாமல் தலை குனிந்து கேட்டாள்.

கலங்கிய கண்களுடன் சக்தி, அவள் முகத்தைத் தூக்கி தன்னைப் பார்க்க வைத்தவன், இல்லை என்பது போல் தலையசைத்தான்.

(6)

அவள் கண்களும் கலங்க "நீ என்ன தப்பு பண்ண மிது? உன்னோட கடந்தகாலத்தைப் பயன்படுத்திட்டு உன்ன கார்னர் பண்ணானே அவன் தான் தப்பு. உன் நிலைமையை தப்பா யூஸ் பண்ணிட்டவன் அவன்"

“உன் மனசு யாருக்கு வரும் சொல்லு?” தன் குழந்தைக்காக இருந்தா கூட செய்ய யோசிக்கற விஷயத்தை, நீ உன்ன நம்பி விட்டுட்டுப்போனதுனால செய்ஞ்சுருக்க.

“நீ ஏன் கண்கலங்குற? உன் நிலைமையைப் பயன்படுதிட்டான் பாரு அந்த ஆளு... அவன் செஞ்சதை நினைச்சு அவன் அழணும்... அவனை... நான் சும்மா விட மாட்டேன்" சொன்னவனின் கண்களில் அவ்வளவு தீவிரம் இருந்தது.

"அது தான் நான் கடைசியா இன்னொருத்தனோட..." அதற்கு மேல் சொல்லமுடியாமல் தொண்டை அடைத்தது. குரல் தழுதழுத்தது.

அழுகை தாங்கமுடியவில்லை. அவள் வெடித்துக் கதறி அழுதாள். அவளை சமாதானப்படுத்துவதற்கு மிகவும் கஷ்டப்பட்டான் சக்தி.

அவள் பக்கத்தில் அமர்ந்து கொள்ள, அவன் தோள்மேல் சாய்த்தவள், விம்மிக்கொண்டு;

“அந்த ஆளு நான் நினைச்ச மாதிரியே அடுத்த நாள், குழந்தைகளை சேர்க்கப் போனப்ப, 'என்னால உன்னை மறக்க முடில, திரும்ப திரும்ப செய்யணும் போல இருக்கு'ன்னு சொன்னான்.” எனக்கு வந்த கோபத்துக்கு, கைல கட்டை மட்டும் இருந்துருந்துச்சு, அடி போட்டு தொவைச்சுருப்பேன்.

“ஆனா, எதுக்காக அவன் சொன்னதைக் கேட்டு அவன்கூட ஒரு நைட் இருந்தேன்னு நினைச்சப்ப, அமைதியாகிட்டேன். கோபத்தைக் காட்டிக்கல. அவன்கிட்ட ‘அவன் என்கூட இருக்கறப்ப போட்டோ எடுத்தேன்’னு சொன்னேன்.”

“அவன் மொதல்ல நம்பல. ஒழுங்கா சீட் வாங்கித்தரலன்னா அவனோட பொண்டாட்டி கிட்ட காட்டுவேன்னு சொன்னேன். என்ன நெனச்சானோ உடனே பாண்டிச்சேரில இருக்கிற போர்டிங் ஸ்கூல் ஒன்னுக்குப் போன் பண்ணான்”

“என்னை பசங்களோட கார்டியன்னு சொன்னான். டிரஸ்ட் மூலம் அவங்களுக்கு சீட் தரச் சொல்லி சொன்னவுடனே, அவங்களும் சரின்னுட்டாங்க "

"அப்பறம் அந்த போட்டோ கேட்டான். ‘அத கண்டிப்பா நான் வெளிய காட்டமாட்டேன் என் பசங்களுக்கு எந்தப் பிரச்சினையும் வராதவரைக்கும். மீறி ஏதாச்சும் பண்ணா கண்டிப்பா நடக்கிறதே வேற’ன்னு சொன்னேன். அதுக்கப்பறம் எதுவுமே அவன் சொல்லல."

“உண்மையை சொல்லனும்னா, போட்டோ மட்டும் எப்படி எடுக்கறதுன்னு தான் கத்துக்கிட்டேன். அத எங்க போய் பாக்கணும்ன்னு கூட அப்போ எனக்குத் தெரியாது.”

“அப்பறம் ரெண்டு நாள்ல பசங்களுக்குத் தேவயானத வாங்கிட்டு, ஹாஸ்டல்ல விடப் போனப்ப, ‘அந்த வருஷம் ஃபீஸ் டிரஸ்ட்ல இருந்து கட்டிட்டாங்க அடுத்த வருஷம் நான் தான் கட்டணும் அதுவும் இல்லாம, மத்த செலவை நான் தான் பாத்துக்கணும், வருஷத்துக்கு ஒரு லட்சம் ஆகும் ரெண்டு பேத்துக்கும்’ன்னு சொன்னாங்க. எல்லாத்துக்கும் சரின்னு சொல்லிட்டு வந்துட்டேன்.”

"பசங்கதான் ஒரே அழுகை. சின்ன பசங்கள்ல... அதான்... ஆனா அந்த வயசுலயே விட்டுட்டா, என்கூட பெருசா அவங்களுக்கு அட்டாச்மென்ட் வராது. இன்னமும் பெருசானதுக்கப்பறம் விட்டா, போகமாட்டேன்னு சொல்லிடுவாங்களோன்னு தான் சேர்த்துட்டேன்."

"அதுவும் இல்லாம அவங்களுக்கு என்னோட வாழ்க்கையோ, இல்ல, அவங்க அம்மாவோட வாழ்க்கையோ தெரிஞ்சுட கூடாது. என்கூட இருந்தா எங்க அவங்களுக்குத் தெரிஞ்சுடுமோன்னு பயம் வேற. அவங்க வாழ்க்கை நல்லா இருக்கனும்ன்னு நினச்சேன். அவ்ளோதான்."

"அப்பறம் நான் எந்த மாதிரி வேலைக்குப் போகணும்ன்னு யோசிச்சேன். வீட்டுவேலைக்குப் போகவே கூடாதுன்னு முடிவெடுத்தேன். எனக்கு இங்கிலிஷ் நல்லாவே பேச வந்துச்சு. ஏதாச்சும் ஸ்கூல்ல ட்ரை பண்ணலாம்ன்னு யோசிச்சப்ப, அதுக்கெல்லாம் சர்டிஃபிகேட் வேணும்.

"அதுவும் இல்லாம, ஆம்பளைங்க இருக்கற இடத்துக்குப் போகவே கூடாதுன்னு முடிவு பண்ணேன். ஏன்னா, எவனை பார்த்தாலும் அருவருப்பா இருந்துச்சு"

"பல விஷயத்தை யோசிச்சதுக்கப்புறம், தைச்சு பழகிக்கலாம்ன்னு தையல் கிளாஸ்க்கு போனேன். வருண் குடுத்த பணத்துல படிச்சேன். ஒரு மெஷின் வாங்கினேன். அவன் குடுத்த பணமும் கிட்டத்தட்ட காலி ஆயிடுச்சு... ஆனா ஒரு மாசம் முழுசா கத்துட்டேன்."

"அந்த சென்டர்ல, 'சென்னைக்குப் போனா நிறைய ஆப்ஷன்ஸ் இருக்கும்'ன்னு சொன்னாங்க. இங்க கிளம்பி வந்தேன்." என சொல்லி நிறுத்தியவள், வீட்டைச் சுற்றியும் முற்றியும் பார்த்தாள்.

"ஏனோ ஒரு ரூம்லயே இருந்து பழகிடுச்சு. பெரிய வீடோ, தனித் தனி ரூம் இருக்கிற இடமெல்லாம், பாக்கறப்ப ஏதோ ஒரு இனம் புரியாத அழுத்தம் உருவாகும். நமக்கென்ன குடும்பமா ஒன்னா? எப்பவும் போல ஒரு ரூம் போதும்ன்னு தோணும்" அவள் கண்கள் விரக்தியை பிரதிபலித்தது.

"அதனாலேயே ஒரு ரூம் இருந்த இந்த வீட்டை வாடகைக்கு எடுத்துக்கிட்டேன்"

“பக்கத்துல எக்ஸ்போர்ட் கம்பெனியை பாத்ததும் அவங்ககிட்ட பேசலாம்ன்னு போனேன்.”

“மொதல்ல வேல குடுக்க யோசிச்சாங்க. அப்பறம் இதுக்கு முன்னாடி வேலை பாத்த இடத்துல, நடந்த விஷயத்தைச் சொன்னேன். அதுனால ஆம்பளைங்களப் பாத்தாலே, நெர்வஸ் ஆகி பயம் வந்துடுதுன்னு சொன்னேன். அவங்களும் வீட்ல தைக்கறதுக்கு சரின்னு சொன்னாங்க.”

"டே நைட் தைக்க ஆரம்பிச்சேன். இதோ இந்த ஒரு வருஷத்துல பசங்க படிப்புக்குத் தேவையானதைவிட அதிகம் சம்பாதிச்சிட்டேன்" அந்த கலங்கிய கண்களில் பெருமையுடன் புன்னகைத்தாள்.

அவளின் அந்த முகம் அவனின் மனதை சற்று நிம்மதி அடையச்செய்தது.

“நான் அப்பப்போ யோசிப்பேன் சக்தி... ஏன் கிறிஸ்டி’க்கா வருண் கிட்ட ஹெல்ப் கேட்க வேணாம்ன்னு சொன்னாங்க. எனக்கு அவங்களைத் தவிர இருந்த ஒரே ஒரு சப்போர்ட் வருண்.”

“ஆனா, ஒரு வகைல யோசிச்சப்ப, எல்லாரும் எல்லா நேரமும் நல்லவங்களா இருக்க முடியாம போச்சுன்னா? வருண் நல்லவனா இருக்கலாம். ஆனா வேற ஏதாச்சும் எண்ணம் அவன் மனசுல வந்துடுச்சுன்னா? என்னோட கடந்தகாலம் அவனை அப்படி நினைக்க வெச்சுடுச்சுனா?”

“இதை நான் நெனச்சப்பவே... வேணாம், வருண் என் மனசுல நல்லவனா மட்டுமே இருக்கனும்ன்னு நெனைச்சுப்பேன்.”

“இது அவன் குடுத்த வாழ்க்கை. அங்கயிருந்து வந்தப்ப, வெளிய வந்ததே பெருசா தெரிஞ்சுது. ஒன்னொன்னுக்கும் அவன்கிட்ட நின்னா, நல்லவா இருக்கும்? அவனை பயன்படுத்திக்கற மாதிரில்ல இருக்கும்?”

“அவன் கிட்ட உதவி கேட்காம நானே தப்பு செஞ்சு, அடிபட்டு, மிதிபட்டு, ரொம்ப நல்லா வாழலைனாலும், தனியா நிக்கிற அளவுக்கு மாறிருக்கேன். இதையே கிறிஸ்டி’க்கா கூட யோசிச்சுருக்கலாம்.”

“அப்போயிருந்த மிதுலாவால யோசிக்க முடில, ஆனா போகப்போக புரிஞ்சுட்டேன். ஏன்னா, எங்க கடந்தகாலம்

எங்களை எல்லா வகைகளையும் யோசிக்க வெச்சது. அதனாலேயே மைதிலி மேம், கௌதம்'ட்ட உண்மைய சொல்லல.''

"ஆனா... உன்கிட்ட உண்மைய சொல்லாம இருக்க முடியல" அவள் சொன்னவுடன் அவள் கைவிரல்களை ஆதரவாக வருடினான்.

சில மணித்துளிகள் அமைதி நிலவியிருக்க, அவளிடம் அவள் பயப்படுவது பற்றி கேட்கலாமா? வேண்டாமா? என்று தயங்கினான்.

ஒருவேளை தெரிந்துகொண்டால் அதற்கு என்ன செய்யலாம் என்று யோசிக்கலாம். அதற்காகவே அவளிடம் கேட்டான்.

"ஏன் மிது நைட்லாம் எதையோ நினைச்சுட்டு பயந்துக்கற?" ஆதரவாக அவள் கைகளை பற்றிக்கொண்டு கேட்க, புன்னகைத்த அவள் முகம் தொய்ந்தது.

யாரிடமேனும் சொன்னால் மனது ஆசுவாசப்படும் என்றெண்ணியவள், "அக்கா கூட, இல்ல பசங்ககூட இருந்தப்ப, எதுவும் ஆகல சக்தி. ஆனா தனியா படுக்கறப்ப பழைய ஞாபகங்கள், யார் யாரோ என்னை வந்து...." சொல்லமுடியாமல் தொண்டை கரகரத்தது.

அவளின் கைகளை அவன் தட்டிக்கொடுக்க, "பழைய மாதிரி என்கிட்ட வந்து எனக்கு பிடிக்காம, என்மேல விழற மாதிரி இருக்கும். என்னைப் பிடிச்சு திரும்ப அந்த இடத்துக்கு கூட்டிட்டுப்போற மாதிரி இருக்கும். விரசமா பேசறமாதிரி இருக்கும்'' அவள் கண்களில் கலவரம் தெரிந்தது அவனுக்கு.

“அவங்ககிட்ட இருந்து என்னைக் காப்பாத்திக்க நினைப்பேன். மூச்சு விடமுடியாம கஷ்டப்படுவேன். யாரோ கழுத்தை நெரிக்கிற மாதிரி இருக்கும்" அவள் கண்ணிமைகள் இப்போது அலை பாய்ந்தன பயத்தில்.

திடீரென கைகளை இறுகக் காதுடன் பொத்திக்கொண்டாள். கண்களை மூடிக்கொள்ள, மூச்சு இறைத்தது அவளுக்கு.

இந்தப் பரிமாணம் அவனுக்கு சற்று அதிர்ச்சியை ஏற்படுத்த, ஓடிச்சென்று தண்ணீர் கொண்டுவந்தவன், அவளை அழைத்துக்கொண்டே உலுக்கினான்.

‘யாரோ தெரிந்தவரின் குரல். அமானுஷயத்தின் குரல் அல்ல’ என்று நினைத்தாளோ என்னவோ கண்களைத் திறந்தாள். சக்தியைப் பார்த்தவுடன், தன்னையும் அறியாமல், தன்னருகே மண்டியிட்டிருந்தவனின் கைவளைவில் முகத்தைப் புதைத்துக்கொண்டு,

"அவங்களை போகச் சொல்லு சக்தி. என்கிட்ட வர வேணாம்ன்னு சொல்லு. அவங்களை எனக்குப் பிடிக்கலைன்னு சொல்லு சக்தி" என்று முகத்தை எடுக்காமல் கத்தினாள்.

ஆதரவாக அவளின் தலைமுடியைக் கோதியவனின் கண்களில் சொல்லமுடியாத வலி. என்னசெய்வது என்று யோசிக்கும் நிலைமையில் அவன் இல்லை. அவள் பட்டதெல்லாம் கண் முன்னே ஓடியது அவனுக்கு.

எப்படியாவது சரிசெய்தாக வேண்டும். இதிலிருந்து அவள் மீளவேண்டும் என்று தனக்குத் தானே சொல்லிக்கொண்டவன் "மிது...மிது... ஒன்னும் இல்ல... பாரு, யாருமே இல்ல இங்க... எழுந்து பாரு. இந்தா தண்ணி கொஞ்சம் குடி" என்று மெதுவாக அவளிடம் சொல்ல, அவளும் நிமிர்ந்து பார்த்தாள்.

அவனிடம் தண்ணீரை வாங்கி அவசரமாகப் பருகியவள், அங்கிருந்து எழுந்து சாமியின் முன் உட்கார்ந்து கவசம் சொல்ல ஆரம்பித்தாள்!! அவளையே வெறித்துப் பார்த்துக்கொண்டிருந்தான் சக்தி.

சிறிது நேரத்தில் அவள் சோர்ந்து அப்படியே படுத்துவிட, அதைப் பார்த்தவன், அவளுக்குத் தலையணை வைத்து, போர்த்திவிட்டுவிட்டு, கதவின் அருகே அப்படியே உட்கார்ந்துவிட்டான் அவளைப் பார்த்தவண்ணம்.

....

தன் வாழ்க்கையின் கனமான கருப்புப் பக்கங்களை மிதுலா சொல்லி முடிக்க, ஆதவனுக்கும் மங்கைக்கும் நெஞ்சு பிசைந்தது.

அதை உணர்ந்துகொண்டவள், அவர்கள் மனநிலையை மாற்ற "மதியம் ஆயிடுச்சே. சாப்பிட வேணாமா? ஒரு பிரேக் விடுவோம். வாங்க" என்றழைக்க, எதுவும் சொல்லாமல் எழுந்தனர்.

❑

4

நம்பகமான நீலம்

ஆதவனும் மங்கையும் கனமான மனநிலையோடு உண்டு முடித்தனர். கனத்த மௌனமே நிலவ...

"மேடம்... குட்டிப் பொண்ணுங்க பேரென்ன...?" ஆதவன் சகஜ நிலைக்கு மாற்ற முற்பட்டான். மிதுலாவின் முகத்தில் புன்னகை எட்டிப்பார்த்தது.

"கிறிஸ்டிக்கா கிட்ட என் அப்பா அம்மா பத்தி நிறைய சொல்லிருக்கேன். அவங்களை அக்காக்கு ரொம்பப் பிடிக்கும். அதுனால அவங்க பேர் சாயலோட இருக்கட்டும்ன்னு தமிழ்ச் செல்வி, ஜூலியானா'ன்னு வெச்சாங்க" என்றாள் இன்முகத்துடன்.

இவர்கள் பேசுவது எதுவும் மங்கையின் காதில் விழவில்லை. "மேடம்... நீங்க அனுபவிச்ச கொடுமைனாலதான் உங்களுக்கு அந்த மாதிரி மன அழுத்தம் ஏற்பட்டுச்சா? நீங்க எப்படி அதிலிருந்து மீண்டு வந்தீங்க?" வருத்தத்துடன் கண்கள் கலங்கி கேட்டாள்.

அவளை ஆதரவாகத் தட்டிக்கொடுத்த மிதுலா "சொல்றேன். எனக்கு இந்த மாதிரி மன உளைச்சல்ன்னு தெரிஞ்சப்ப, நான் சக்திகிட்ட கேட்டது நான் என்ன பைத்தியமான்னு தான்"

“இப்போ நினைச்சா... நான் ஏன் அப்படி பேசினேன்னு தெரியல. என்னோட மன அழுத்தத்தினாலயான்னும் தெரில" என்றவள், தன் வாழ்க்கையின் நம்பகமான, வாழ்வின் மேல் நம்பிக்கை ஏற்பட்ட நீல பக்கங்களை சொல்ல ஆரம்பித்தாள்.

....

சக்தியிடம் தன் வாழ்வில் நடந்த கொடூரங்களைச் சொன்ன மிதுலா, அசதியில், மருந்தின் தாக்கத்தில் நன்றாகவே உறங்கினாள்.

காலையில் எப்பொழுதும் போல் சூரிய ஒளியின் தாக்கத்தில் கண்விழிக்க, வீட்டின் வாயில் கதவு பக்கத்தில் மொபைலை நோண்டிக்கொண்டு சக்தி உட்கார்ந்திருந்தான்.

இவள் எழுந்ததைப் பார்த்தவன், "குட் மோர்னிங் மிது" என புன்னகையுடன் சொன்னவனின் கண்கள் சிவந்திருந்தன.

ஏனோ அந்த காலை உபசரிப்பு, அவளுக்கு இதமாக இருக்க, புன்னகை தானாக மலர்ந்தது. அதை அவனும் கண்டுகொண்டான்.

அவன் கண்களைப் பார்த்தவள், "ஏன் சக்தி நைட் தூங்கலையா? கண்ணு ரெட்டா இருக்கு" எழுந்துகொண்டே கேட்க, "இல்லையே, நல்லா தூங்கினேனே" என்றான் சாதாரணமாக.

"ப்ச். என்னைப் பத்திச் சொல்லி உன் தூக்கத்தைக் கெடுத்துட்டேன்" தெளிவாக இருந்த அவள் முகம் சற்று தொய்வதைப் பார்த்தவன் "அட, நீ வேற. நல்ல தூக்கம். ஒருவேளை அதுனால இருக்கும். சரி ஃபிரெஷ் ஆயிட்டு வா... காஃபி குடிக்கலாம்" என்றான் பக்கத்தில் இருந்த ஃபிளாஸ்க்கைக் காட்டி.

ஏனோ அனைத்தும் புதிதாக இருந்தது அவளுக்கு. புன்னகையுடன் அங்கிருந்து சென்றாள். ஒரு புறம் அதை முற்றிலும் ரசித்தாலும், ‘இது நிரந்தரமல்ல’ என்ற எண்ணமும் வந்தவண்ணம் இருந்தது.

'இந்த தற்காலிக உபசரிப்பு, உன்னை வெகுவாகப் பாதிக்கும். இது அனைத்தையும் தள்ளியே வை' தனக்குத் தானே சொல்லிக்கொண்டாள்.

அவள் குளித்து முடித்து வெளியே வர, அவளுக்கு காஃபியை ஊற்றிக் கொடுத்தான்.

அவள் அதை வாங்கிக்கொள்ள, "மிது. காலைல மைதிலி மேம் கூப்பிட்டிருந்தாங்க. நீ தைச்சதெல்லாம் கொண்டு வரச் சொன்னாங்க. நம்ம போய் குடுத்துட்டு, அப்படியே வெளிய சாப்பிடலாம்" அவளின் விருப்பத்தைக் கேட்காமல் அவன் சொல்லிக்கொண்டே போக,

பாதி காஃபியில் நிறுத்தியவள், "இது என் வேலை. நான் பாத்துக்கறேன். நான் போயிட்டு வந்து சமைச்சு சாப்பிட்டுக்கறேன். உன்கூட நான் ஏன் வரணும்? அப்பறம்... இந்த காஃபி இதெல்லாம் இனி எனக்கு வேணாம்" வெடுக்கெனச் சொன்னவள், மீதியை குடிக்காமல் எழுந்தாள்.

'நன்றாகத்தானே இருந்தாள், இப்போது என்ன?' அவன் யோசிக்கும்போது, அந்த தைத்த துணிகள் இருந்த பையை எடுத்துக்கொண்டு "நான் கிளம்பணும்" என அவன் முன்னே வந்து நின்றாள்.

அவளைப் பார்த்துக்கொண்டே எழுந்தவன் வெளியே செல்ல, அவள் பூட்டிவிட்டு கீழே இறங்கும்முன் அவன் இறங்கியிருந்தான்.

அவளை நிறுத்தியவன் "உனக்கு உடம்பு சரியில்ல. வண்டில ஏறு. நான் கூட்டிட்டுப் போறேன்" என்றான் அவளின் பையை பற்றிக்கொண்டு.

சுற்றியும் பார்வையைச் சுழலவிட்டு, "எல்லார் முன்னாடியும் இந்த சீன் தேவையா? நான் நடந்து போறேன்... பைக்லலாம் வர முடியாது" என்றாள் பையை அவன் கையில் இருந்து இழுத்தவாறே.

ஆனால் ஒன்று அந்த பைக்கு மட்டும் பேசமுடிந்தால், கேவலமாகத் திட்டியிருக்கும். இரண்டு நாட்களாக அதை பந்தாடுகின்றனர்.

"உனக்கு ரெண்டு ஆப்ஷன்... ஒன்னு பைக்ல நீயே பேக் வெச்சுட்டு உட்கார்ந்துக்கோ. இல்ல, நானும் உன்கூட நடந்துவரேன். பேக் என்கிட்டே குடுத்துறணும்" 'எப்படி உத்தேசம்' என்பது போன்ற தோரணையில் கேட்டான்.

பற்களைக் கடித்தவள், முணுமுணுத்துக்கொண்டே பையிலிருந்து அவள் கையை எடுத்துவிட்டு விடுவிடுவென நடக்க ஆரம்பித்தாள். அவளைப் பார்க்கப் பார்க்கச் சிரிப்பு வந்தது சக்திக்கு.

அவளுடன் நடையில் சேர்ந்துகொண்டவன், "ஹோட்டல் போனா நல்லா சாப்பிடலாம். இல்லாட்டி நான் சமைக்கிறதை தான் சாப்பிடணும். அப்பறம் உன் இஷ்டம்" தோள்களைக் குலுக்கி அவன் சொல்ல, அவனைப் பார்த்து முறைத்தாள்.

"சும்மா சும்மா முறைக்காத. ஆண்ட்டிக்கு இந்தக் கண்ணு அவளோ அழகா செட் ஆகியிருக்கும். உன்னை பாத்தா ஒரு பேய் எஃபெக்ட் (effect) தான் வருது" பய பாவனை காட்டி சொன்னவனை, முறைத்துக்கொண்டே சிரித்தாள்.

"இன்னமும் இதெல்லாம் நீ மறக்கவே இல்லயா?" சகஜ மனநிலைக்கு அவள் மாறி இருக்க "உன் கண்ணு சின்ன வயசுல பார்த்தமாதிரியே தான் இருக்கு..." சற்று நிறுத்தி குனிந்து அவளைப் பார்த்து "பயம்மா..." என சொல்லி சிரித்தான்.

மறுபடியும் போலியான கோபத்துடன் முறைத்தாள். "ஆமா நீ நல்லா சமைப்பியா சக்தி?"

அவனோ பெருமையாக "சூப்பரா செய்வேன். நீ சாப்பிட ரெடியா?" என கேட்க...

"என்னை பாத்தா பலியாடு மாதிரி தெரியுதா உனக்கு? நான் ரிஸ்க் எடுக்கலப்பா. நாம ஹோட்டல்லயே சாப்பிடுவோம்" என்றாள் அழகுகாட்டிக்கொண்டு.

"இப்போ வெளிய சாப்பிட்டுக்கலாம். ஆனா உனக்கு இனி நான் தான் சமைக்கப்போறேன். நீ சாப்பிட்டு தான் ஆகணும்" அம்பை எய்தான் 'அவளுடன்தான் இனி இருக்கப்போகிறேன்' என்பதைச் சொல்லும்விதமாக.

அவனை ஏற இறங்கப் பார்த்தவள், கிளுக்கென சிரித்தாள். அவன் 'என்ன' என்பது போல் பார்க்க

"அந்த கவுதம் என்னமோ, நீ பெரிய ஆளு... அமெரிக்கா அப்படி இப்படின்னு சொன்னான். நீ என்னனா கரண்டி தான் பிடிப்பேன்னு சொல்ற"

அவளையே பார்த்தான். அவள் என்ன நினைத்து இதை சொன்னாள் என்று தெரிந்துகொள்ள. ஆனால் ஒன்றும் தெரியவில்லை அவள் முகத்தில்.

பின் அவனும் புன்னகைத்துக்கொண்டே "அவன் ப்ரோமோஷன் என் கைல. அதுனால சும்மா ரெண்டு மூணு பிட் சேர்த்துப் போட்டுருப்பான்" இருவரும் சாதாரணமாக பேசிக்கொண்டு வர...

அதற்குள் அந்த எக்ஸ்போர்ட் கம்பெனி வந்தது.

அவனிடம் இருந்து அவள் பையை வாங்கிக்கொள்ள முற்பட "மைதிலி மேம் எனக்கும் தெரியும். வா சேர்ந்தே போகலாம்" என்று ஏதோ அவன் தான் தினமும் வருவதுபோல முன்னே சென்றான்.

வேறு என்ன செய்வாள் மிதுலா. முறைத்துக்கொண்டே பின்னே சென்றாள்.

அவனும் அவளும் உள்ளே நுழைய "வா மிதுலா. உடம்பு எப்படி இருக்கு இப்போ?" கேட்டார் மைதிலி.

"பரவால்ல மேடம். பெருசா ஒன்னும் இல்ல. கொஞ்சம் ஸ்ட்ரெஸ்...ஆனதால மயங்கிட்டேன். அவளோ தான். நவ் பெட்டர்" சாதாரணமாகத்தான் புன்னகையுடன் சொன்னாள். ஆனால் அவரோ கண்கள் விரிந்து ஆச்சர்யத்துடன் பார்த்தார்.

மனதிலோ 'இதுவரை சேர்ந்தாற்போல் மூன்று நான்கு வார்த்தைகள் வந்ததில்லை அவளிடமிருந்து. முதல்முறை பேசியதைத் தவிர்த்து. ஆனால் இப்போது... அதுவும் அந்தப் புன்னகை. எங்கிருந்தது இத்தனை நாள்?' என்பது போல் அவர் பார்க்க, நொடியில் அவர் பார்வை சக்தியின் பக்கம் திரும்பியது.

புரிந்துகொண்டார்... அவளின் இந்த மாற்றத்திற்கான காரணத்தை. சக்தியைப் பார்த்துப் புன்னகைத்துவிட்டு, மிதுலாவிடம் "உடம்பைப் பாத்துக்கோம்மா. அப்பறம் ஒரு மூணு வாரம் இங்க இன்ஸ்பெக்ஷன் நடக்குது. அதுனால துணியை வெளியே எடுத்துட்டு போக முடியாது."

"அதுக்குள்ள உனக்கும் உடம்பு சரியாகிடும். அப்பறம் ஒர்க் தரேன்" நீளமாக பேசி முடித்தார்.

அவளின் பூரித்த முகம் சற்று கலங்கியது. அதைப் பார்த்தவர் "மூணு வாரம் தான். அப்பறம் கண்டிப்பா தரேன். இப்போக்கூட இன்ஸ்பெக்ஷனுக்காக தான் உடனே உன்னை துணி கொண்டு வரச்சொன்னேன்" என்றார் அவளைத் தேற்றும் விதமாக.

"சரி" என்று சொல்லிவிட்டு அவள் வெளியேற, 'நன்றி' என்ற தலையசைப்புடன் புன்னகைத்துவிட்டு சக்தி அவள் பின்னே வெளியேறினான்.

அந்த நன்றி 'தான் சொன்னது போல் மிதுலாவிடம் சொன்னதற்கு' என்பது மிதுலாவுக்கு மட்டும் தெரியாது!!!

....

(2)

"**மே**டம் எப்போ உங்களுக்குச் சொன்னாங்க? இவங்க ரெண்டு பேரும் பிளான் பண்ணி தான் இதெல்லாம் பண்ணாங்கன்னு" கனமான மனநிலையில் இருந்து வெளியே வந்திருந்த மங்கை புத்துணர்ச்சியுடன் கேட்டாள்!!!

மங்கை கேட்டதற்குப் புன்னகைத்த மிதுலா "அவங்க எங்க சொன்னாங்க. நானே தெரிஞ்சுட்டேன்" என்றவள் தொடர்ந்தாள்...

....

கம்பெனியில் இருந்து கோபமாக வெளியே வந்த மிதுலா "ச்ச. நேரமே சரியில்ல..." என்று பொரிந்து தள்ள "எதுக்கு இவளோ கோபம்?" பின்னே வந்துகொண்டே அவன் கேட்டான்.

அவனைத் திரும்பி முறைத்துப்பார்த்துவிட்டு "நல்லா போயிட்டு இருந்துச்சு. உன்னால தான் எல்லாம். ஹாஸ்பிடல் அது இதுன்னு" என்று அவன்தான் காரணம் என்பது போல் கோபத்துடன் நடக்க ஆரம்பித்தாள்.

அவளுக்கு ஈடுகொடுத்து நடந்தவன் "பசிக்குது. யாரோ சாப்பிட்டு போலாம்ன்னு சொன்னாங்க" பாவமாக முகத்தை வைத்துக்கொண்டு சொல்ல, தலையில் அடித்துக்கொண்டாள்.

"போலாம். போய் நல்லா கொட்டிக்கோ..." என்று கோபத்துடன் தான் சொன்னாள். ஆனால் அவள் சொல்லியவிதத்தில் அவனால் சிரிப்பை அடக்க முடியவில்லை.

அவன் புறம் திரும்பி இடுப்பில் கைவைத்துக்கொண்டு "நான் கோபமா இருக்கேன் சக்தி. எதுக்கு இப்படி சிரிக்கிற? கடுப்பேத்தறயா?" என்று விழிகளை உருட்டிக்கொண்டு கேட்க...

"ப்ளீஸ் மிது. முழிக்காத. பயமா... இருக்கு" என்று சிரிக்காமல் சொல்ல முற்பட்டான்.

பற்களைக் கடித்துக்கொண்டு இரு கைகளாலும் அவனை அடிப்பதுபோல் சென்றவள், "ச்ச" என்றுவிட்டு விடுவிடுவென நடந்தாள்...

"சரி சரி. எல்லாம் என்னால தான். என்னென்னல்லாம் திட்டணுமோ, மனசுல நோட் பண்ணி வெச்சுக்கோ. சாப்பிட்டதுக்கப்பறம், உட்காரவெச்சு திட்டு. இப்போ சாப்பிட போலாம்" என்றவன்... அவள் பேசும்முன், அங்கே வந்த ஹோட்டலுக்குள் அவளை இழுத்துச்சென்றான்.

அவள் எதுவும் பேசாமல் சாப்பிட, சக்தி "இன்னமும் கோபமா. நான் என்ன பண்ணுவேன் அவங்க சொன்னதுக்கு. என்கிட்டே எதுக்கு கோபம்?"

"ப்ச்... யார்கிட்ட கோபத்தைக் காட்டுவேன். நீ பக்கத்துல இருக்க... அதான். என்ன சக்தி பண்ணுவேன் நான் வேலை இல்லாம... போர் அடிக்கும்" சலிப்புடன் சொன்னாள்.

"ஹ்ம்ம். யோசிப்போம். ஏதாச்சும் வழி கிடைக்காமலா போய்டும்" என்று அவளை சமாதானப்படுத்தி வீட்டிற்கு கூட்டிச்சென்றான்.

இருவரும் அவள் வீட்டிற்குள் சென்றனர். "சரி, என்னப்பத்தியே சொன்னேன். நீ எதுவுமே சொல்லல சக்தி. ஆண்ட்டி எப்படி இருக்காங்க... அங்கேயே தான் இருக்காங்களா?" மிதுலா பேச ஆரம்பித்தாள்.

அவன் முகம் வாட்டமானது. "அம்மா என்னை விட்டுட்டு போய் ரெண்டு வருஷத்துக்கு மேல ஆகுது மிது" என்றான் எங்கோ பார்த்துக்கொண்டு. அதிர்ந்து அவனைப் பார்த்த மிதுலா "சாரி சக்தி. எப்படி... என்ன ஆச்சு?"

"தெரியல. நான் வேலையா பெங்களூரு போயிருந்தேன். அம்மா திடீர்னு முடியலன்னு சொன்னாங்க. நான் கிளம்பி வரதுக்குள்ள..." என்று சொன்ன அவனுக்கு இப்போது தொண்டை அடைத்தது. ஆதரவாக அவனைத் தட்டிக்கொடுத்தாள்.

"ஹாஸ்பிடல் போனப்பறம் தான் தெரிஞ்சது. கார்டியாக் அர்ரெஸ்ட்'ன்னு. அப்புறம் ஊர் ஊரா சுத்திட்டு இருக்கேன். இங்க ப்ராஜெக்ட் விஷயமா வந்தேன். முன்னாடியே என்கிட்டே

வேலை பாத்ததுனால, கவுதம் என்னோட ப்ராஜெக்ட்ல அசைன் ஆனான்...."

"ரெண்டு பேரும் பிரேக் வந்தப்ப தான் உன்ன பாத்தேன்" சுருக்கமாகச் சொல்லிமுடித்தான்.

அவன் முகவாட்டத்தைக் கவனித்தவள், அதை மாற்ற "சரி... கல்யாணம் கில்யாணம்லாம் எப்போ. யாரையாச்சும் லவ்?" ஒற்றைப் புருவத்தை ஏற்றி புன்னகையுடன் கேட்க

"ஹாஹாஹா" எனக்கு அதுலலாம் நம்பிக்கையே இல்ல. பெரிய இன்ட்ரெஸ்ட்டும் வரல. இப்படியே இருந்துடலாம்ன்னு இருக்கேன்" அதில் நாட்டமில்லை என்பது போல் சொன்னான்.

முகத்தை சுளித்துக்கொண்டு "என்ன வயசாச்சு சாமியார் மாதிரி பேசற" திடீரென விட்டத்தைப் பார்த்து ஏதோ கணக்கு போட்டு "எனக்கு இருபத்திரண்டுன்னா உனக்கு இருபத்தி ஆறு இல்லனா இருபத்தியேழு... அதுக்குள்ளேயேவா" என்றவள் சற்று நிறுத்தி,

அவனையே பார்த்து "ஒரு வேளை..." என்று விழிகள் விரித்து சிரித்துக் கிண்டல் செய்ய, அவள் சொல்லும் பொருள் புரிந்து அவனும் நன்றாக சிரித்தான்.

இருவர் மனதும் லேசானது. "எவளோ நாள் சக்தி தனியாவே இருப்ப? ஹ்ம்ம்..." அவனின் எண்ணத்தை மாற்ற நினைக்க, அவனோ "அதுவே தான் உனக்கும் மிது... எவளோ நாள் தனியா இருப்ப?" பதில் கேள்வி கேட்டான்.

அவனைக் கேட்டதற்கு தன்னையே திட்டிக்கொண்டாள். அவள் பதில் சொல்லாமல் இருக்க "உனக்கும் என்னை வயசாயிடுச்சு?" விடாமல் கேட்டான்.

"உன்கிட்ட தெரியாம கேட்டுட்டேன். நீ கல்யாணம் பண்ணிக்கோ இல்ல சாமியாரா போ. எனக்கென்ன... என்ன கேள்வி கேக்காத" வெடுக்கெனப் பதிலளித்தாள்.

"அப்படி எப்படி நீ சொல்லமுடியும்? உன்னை நான்தான் கேட்கணும். என்னை நீதான் கேட்க முடியும். எனக்கும் வேறயாரு இருக்கா?" என்றான் அவள் கோபத்தை சமாதானப்படுத்தும் முயற்சியாக.

"நான் வேணும்னா உன்னை கேட்கிறேன்... ஆனா நீ என்னை கேட்கக்கூடாது" குழந்தைபோல் பிடிவாதம் பிடித்தாள்.

"சரி கேட்கல... ஆனா கேட்பேன்" என்றான் முகத்தை தீவிரமாக வைத்துக்கொண்டு ஆனால் இதழோரம் புன்னகையுடன்.

அவள் பார்த்து முறைக்க, "இங்க பாரு மிது... தனியா" என்று அவன் ஏதோ சொல்ல வர, அவனைக் கைகாட்டித் தடுத்தவள்,

"உன்னால எப்படி சக்தி இப்படி பேசமுடிது? என்னைப் பத்தி தெரிஞ்சா... யாராச்சும் என்னை கல்யாணம்லாம் பண்ணிப்பாங்களா? அந்த கிழவன் மாதிரி ஒரு நைட் ஸ்டாண்ட் வேணா கேட்ப்பாங்க" என்றாள் விரக்தியான புன்னகையுடன்.

இதைப் பற்றி இனி பேசுவது சரியில்லை. தேவையில்லாமல் அவளின் மனநிலையை பாரமாக்க வேண்டாம் என்றெண்ணியவன், மௌனம் காத்தான்.

இருவரிடம் மௌனமே நிறைந்திருக்க, அவன் மனதில் 'இன்னும் மூணு வாரம் தான் இருக்கு. இவளை மாற்றுவதற்கு. அதற்குள் எப்படியாவது இவள் மனநிலையை மாற்றவேண்டும்' என்றெண்ணியவன், அவளிடம் பேசவேண்டும் என்று யோசித்த விஷயத்தை ஆரம்பித்தான்.

“நான், நீ நேத்து ஹாஸ்பிடல்ல இருந்தப்ப, இங்க வந்து ஹவுஸ் ஓனர்'ட்ட பேசினேன்... எனக்கு எதிர் வீடு வேணும்னு கேட்க... அப்போ அவர்கிட்ட உன்னைப்பத்தி கேட்டேன்" என அவன் முடிக்கவில்லை. சுட்டெரிக்கும் பார்வை பார்த்தாள்.

"இரு இரு... நான் சொல்லிடறேன். மொத்தமா திட்டலாம்... அப்போ அவர்... அவரோட அப்பா தான் தனியா எதிர் வீட்ல இருக்காரு. அதுனால பிரச்சனை இல்லைன்னு சொல்லிட்டு..." சற்று நிறுத்தியவன், தொடர்ந்து

"நீ இங்க வந்ததுல இருந்து, நிறையா நாள் நைட்'லாம், பயந்து சத்தம் போட்டுருக்க... ஆனா அடுத்த நாள் ஒன்னுமே நடக்காத மாதிரி இருந்துப்பன்னு சொன்னாரு. எங்க உன்கிட்ட கேட்டா... வீட்டைக் காலி பண்ணிடுவயோன்னு கேட்கலைன்னு சொன்னாரு”

“நேத்து நைட் நீ பயந்தப்பதான் தெரிஞ்சது அதுக்கான ரீசன். அப்போவே யோசிச்சேன் இன்னிக்கி டாக்டர்ட்ட போணும்ன்னு"

அவனைக் கூர்மையாகப் பார்த்தாள். அவன் தொடர்ந்தான்.

"உனக்கு ஸ்ட்ரெஸ் ரொம்ப அதிகமானதால தான் அந்த மாதிரி தாட்ஸ் வருதுன்னு நினைக்கறேன். டாக்டர்'ட்ட போனா ஒரு சொல்யூஷன் கிடைக்கும்" என்றான் அவள் முகம் மாறுவதைக் கவனிக்காமல்.

"ஓ... " என்று ஏதோ புரிந்ததுபோல் அவள் யூகிக்க, அவன் 'என்ன' என்பது போல் புரியாமல் பார்த்தான்.

"எல்லா ஆம்பளைங்களும் இப்படித்தானா?" அவள் ஆரம்பிக்க, அவனுக்குப் புரியவில்லை.

அவளே தொடர்ந்தாள். "ஒருத்தன் என்னோட கதையை கேட்டுட்டு, இவ கூப்புட்டா வந்துடுவாள்னு நினைச்சான். நீ, என் கதையை கேட்டுட்டு, என்னை பைத்தியம்ன்னு சொல்ற. அதுக்காக டாக்டர்ட்ட போலாம்ன்னுவேற சொல்ற... இல்ல..." வார்த்தைகள் ஒவ்வொன்றும் ஈட்டி போல் குத்தியது அவனுக்கு.

அதுவும் அந்தக் கிழவனுடன், அவனின் செய்கையுடன்... தன்னை ஒப்பிட்டது, அவனைப் பலமாகத் தாக்கியது. இதுவரை அவளிடம் கோபத்தைக் காட்டாதவனின் முகத்தில் அவ்வளவு கோபம். அவளும் பார்த்தாள் அதை.

எதுவும் பேசாமல், எழுந்து சென்றான் அவன் வீட்டிற்கு. சென்றவன் கதவை அறைந்து மூடிவிட்டான்!!!

....

(3)

"**மே**டம் என்ன தான் இருந்தாலும் நீங்க சக்தி ஸாரை அப்படிச் சொல்லிருக்கக்கூடாது" மங்கை வருத்தத்துடன் சொல்ல, மிதுலாவிற்கு சிரிப்பை அடக்கமுடியவில்லை. சத்தமாகச் சிரித்தாள்.

"என்ன மேடம் இப்படிச் சிரிக்கிறீங்க. நெஜம்மா பாவம் அவரு" மறுபடியும் சக்திக்காகப் பரிந்து பேசிய மங்கையை

பார்த்து மிதுலா, "ஆமாம் சக்தி ஸார் பாவம் தான். ஆனா நான் அதைவிட பாவம்... அவன் நினைச்சத சாதிச்சுக்கிட்டானே" புன்னகையுடன் சொன்னவள், பக்கங்களைத் திருப்ப ஆரம்பித்தாள்.

....

சக்தி கோபித்துக்கொண்டு சென்றவுடன், அவள் மனதில் 'கோபப்பட வேண்டியது நானு. இவன் ஏன் இவளோ பில்டப் தரான்... போ. கோபிச்சுட்டு போ... எனக்கென்ன' என நினைத்தவள், வேறு எதிலாவது சிந்தனையை செலுத்த முயன்றாள்.

இருப்பினும் 'ஏதாச்சும் தப்பா பேசிட்டோமா...? இவ்வளோ கோபப்பட... இல்ல இல்ல... என் மேல தப்பு இல்ல... விடு மிது யோசிக்காத' தனக்குத்தானே சொல்லிக்கொண்டாள்.

அடுப்படி சென்று ஏதோ உருட்டினாள்... வேலையும் இல்லை. எதை செய்யவும் நாட்டமில்லை.

'அவனுக்குக் கோபமே வராது. அவனுக்கே வருதுன்னா நான் பேசினது அவனை ஹர்ட் பண்ணிருக்கும்... ப்ச்... இருக்காதா மிது... அந்த கிழவன்கூட போய் சக்தியை கம்பேர் பண்ணுவியா?' நடந்துகொண்டே யோசிக்க, கால்கள் நின்ற இடம் அவன் வீட்டின் வாசல்.

கதவைத் தட்டி, திறக்கிறதா என்று பார்க்க, திறந்தது.

மெதுவாக உள்ளே எட்டிப் பார்த்த மிதுலா, சுற்றியும் அவனைத் தேட, அவனைப் பார்த்ததும் சிரித்துவிட்டாள். ஆனால் அவனுக்குத் தெரிந்தால் தானே? கோபத்தில் உள்ளே வந்தவன், கோபத்துடனே தூங்கிவிட்டான் போல...

'எழுந்ததும் பேசிக்கொள்ளலாம்' என்று தன் வீட்டிற்கு வந்தவளின் மனதில் மாற்றத்தை உணர்ந்தாள்.

'இந்த ரெண்டு நாள்ல எவளோ சேஞ்ச் என்கிட்ட. கோபம் வருது... வந்த உடனே போயிடுது. அடிக்கடி சிரிக்கிறேன். மனசு ரொம்ப ரிலாக்ஸ்ட்டா இருக்கு. அட, வீட்டுக்கதவு கூட பாதி நேரம் திறந்தே இருக்கே' மனது யோசிக்கும் போது கண்கள்

எதிர்வீட்டைப் பார்த்தது. மானசீகமாக நன்றி சொன்னாள் அவனுக்கு.

மதிய நேரமாக, அவன் கண்விழித்தான்.

'ப்ச் தூங்கிட்டேனா... ரெண்டு நாள் சரியா தூங்கல...அதான்' நினைக்கும்போதே மிதுலா நினைவுக்கு வந்தாள்.

‘கல்நெஞ்சக்காரி... பேசறதெல்லாம் பேசிட்டு வந்து கூட பாக்கல... நான் போய் அவளைப் பாக்கக்கூடாது. அவளா வந்து சாரி கேட்டா தான் பேசணும்' அறிவு, அறிவுறுத்தினாலும் மனது சொல்லும்படியே கால்கள் நகர்ந்தன.

அவள் வீட்டு வாசலில் அவன் நிற்க, அவனைப் பார்த்ததும் புன்னகைத்தாள். அவள் மேல் கோபமிருந்தாலும், அவளின் மலர்ந்த முகம் அவன் கோபத்தை மட்டுப்படுத்தியது.

இருப்பினும் அவன் உள்ளே செல்லாமல் முகத்தை வேறு புறம் திருப்பிக்கொள்ள, அவனருகில் வந்தவள் "என்ன நல்ல தூக்கமா...? நைட் தூங்கலன்னா இப்படித் தான். கோபத்துல கூட தூக்கம் வரும்" என கிண்டல் செய்ய, திரும்பி அவன் வீட்டிற்குச் செல்ல எத்தனித்தான்.

அவன் கையைப் பற்றித் தடுத்தவள் "சரி, சரி! கோபம் வேணாம். சாரி... நான் பேசுனது தப்புதான். மன்னிச்சுடு" எனச் சொல்ல, அவள் பக்கம் திரும்பியவன், அவளின் கெஞ்சலான முகத்தைப் பார்த்ததும் கோபமாவது ஒன்னாவது... அனைத்தும் பறந்தது.

இருந்தும் காரியத்தில் கண்ணாக "நான் உன்னை மன்னிக்கனும்னா... நான் சொல்றத நீ கேட்கணும்" சீரியஸ்'ஸாக அவன் கேட்க, பதில் பேசாமல் அவனையே பார்த்து நின்றாள்.

"நீ சரிப்பட்டு வர மாட்ட" என அவன் திரும்பிச் செல்ல "சொல்லித்தொலை. கேட்கறேன்" எரிச்சலுடன் பதில் வந்தது.

அவள் பக்கம் திரும்பி பற்களைக் காட்டிச் சிரித்தவன் "தேங்க்ஸ். என்னன்னு அப்புறம் சொல்றேன். செம்ம வாசனையா இருக்கே... என்ன சமைச்சுருக்க? உனக்குச் சமைக்கலாம் தெரியுமா?" கேட்டுக்கொண்டே அவள் வீட்டினுள் சென்றான்.

ஏனோ அவனுடனான இந்த சம்பாஷணை... அவளுடன் அவன் இருப்பது... அவன் கேட்கும் எதையும் செய்யலாம் என்றே தோன்றியது அவளுக்கு.

"பெருசா தெரியாது. கிறிஸ்டிக்கா கொஞ்சம் கொஞ்சம் சொல்லிக் கொடுத்திருக்காங்க. அதுதான்" என்றவள் அவனுக்கு தட்டில் உணவு பரிமாறினாள். அவளையும் உட்காரச்சொல்லி இருவரும் சாப்பிட ஆரம்பித்தனர்.

"சரி, இப்போ சொல்லு... டாக்டர் கிட்ட போறதுக்குத்தானே என்ன சொன்னாலும் கேட்கணும்ன்னு சொன்ன" நேரடியாக கேட்க, அவன் “ஆம்” என்பது போல் தலையசைத்தான்.

"என்னால முடியாது..." அவள் முடிக்கும் முன் "உன்னை நம்பி ரெண்டு பசங்க இருக்காங்க. அவங்க எதிர்காலத்துக்கு நீ ரொம்ப முக்கியம். இத சொன்னதுக்கு நீ அந்தக் கிழவனோட திரும்ப என்னை கம்பேர் பண்ணாலும் ஓகே. பட், எனக்கு நீ கண்டிப்பா செக்கப் வரணும்" என அவன் சொன்னது 'நீ வந்தாகவேண்டும்' என்ற தொனியில் இருந்தது.

அவனை அவள் முறைக்க "அதுகூட இன்னொன்னும் இருக்கு. அது நாளைக்கு சொல்றேன். இன்னிக்கி டாக்டர்'ட்ட போலாம்"

"அதென்ன இன்னொரு விஷயம்? இங்கபாரு சக்தி... நீ என்னை ரொம்ப டார்ச்சர் பண்ற... சொல்லிட்டேன்" ஒற்றை விரல் நீட்டி மிரட்ட "உனக்குப் பிடிக்கும் கண்டிப்பா..." என்றான் கண்கள் மின்ன.

"தனியா... நிம்மதியா இருந்தேன். எல்லாம் போச்சு. எனக்கும் நிம்மதிக்கும் ரொம்ப தூரம் போல" அவள் புலம்பிக்கொண்டிருக்க, அவனோ நன்றாக உண்டுகொண்டிருந்தான்.

"தின்னு, நல்லா தின்னு. இந்தா.." என்று பற்களைக் கடித்துக்கொண்டு அவன் தட்டில் இன்னமும் சாதம் வைக்க "அந்த சாம்பார் கொஞ்சம் போடு" என்றான் 'உன் கோபம் என்னை ஒன்றும் செய்யது' என்பதுபோல்.

மாலை நேரம், டாக்ஸி புக் செய்துகொண்டு டாக்டரைப் பார்க்க இருவரும் சென்றிருந்தனர்.

அவளிடம் நடந்ததனைத்தும் கேட்டறிந்துகொண்டார் அந்த மனநல மருத்துவர்.

"ஸோ, உங்களுக்கு எல்லார்கூடவும் பழக கஷ்டமா இருக்கா... இல்ல, ஆண்கள் மேல மட்டும் கோபமா?" மருத்துவர் கேட்க

மிதுலா, "யார்கூடவும் பேசமாட்டேன்னு இல்ல. எனக்குத் தேவைன்னா மட்டும் பேசுவேன். தேவையில்லாம யார்கூடவும் பேசப் பிடிக்காது டாக்டர்"

அதற்கு டாக்டர் "அப்போ ஜென்ட்ஸ் கூட பேசறது உங்களுக்கு ப்ரோப்ளம் இல்ல. கரெக்ட்?"

"நம்பிக்கை இருந்தா மட்டும் பேசுவேன். அதுகூட ரொம்ப இல்ல. நம்பிக்கை அவளோ சீக்கிரம் யார்மேலயும் வராது. எங்க அட்வான்டேஜ் எடுத்துட்டு என்னோட பாஸ்ட் கூட லிங்க் பண்ணி என்னை பாப்பாங்களோன்னு பேசப் பிடிக்காது" என்றாள் மிதுலா.

"நைட் தூக்கம் டிஸ்டர்ப் ஆகுதா?" அந்த டாக்டர் கேட்க

"எஸ். நல்லா தூங்கறப்ப..." சற்று தயங்கி "முன்னெல்லாம்... நைட்... தூங்க முடியாது... கூட யாராச்சும்... இருந்துட்டே...." வார்த்தைகள் பேசமுடியாமல் மனதில் அழுத்தம் ஏற்பட, கண்ணிமைகள் அங்கும் இங்கும் அலைந்தது.

டாக்டர் அவளிடம் "முன்னாடி நடந்ததெல்லாம் இப்போ நடக்கிற மாதிரி தோணும் இல்லையா?" அவள் சொல்லக் கஷ்டப்படுவதை அவர் சொல்லிமுடிக்க, ஆம் என்பது போல் தலையசைத்தாள்.

"ஹ்ம்ம்... நல்லா யோசிச்சிச் சொல்லுங்க... இதுக்கு முன்னாடி எதுக்கு இந்த வாழ்க்கை வாழணும்ன்னு நினைச்சுருக்கீங்களா?" அவர் கேட்க

"யோசனை வரும். ஆனா அத பெருசா எடுத்துக்க மாட்டேன். பசங்க இருக்காங்க என்ன நம்பி. என் வாழ்க்கை மாதிரியோ... இல்ல அவங்க அம்மா வாழ்க்கை மாதிரியோ ஆயிடக்கூடாது. அவங்க நல்லா வாழணும். கண்டிப்பா நான் அவங்களுக்காக இருப்பேன்"

அவளுக்கு கவுன்சிலிங் செய்துவிட்டு, கொஞ்சம் அலுப்பாக இருந்ததால், அவளை ஓய்வெடுக்கச் சொல்லிவிட்டுச் சென்றார்.

சக்தி அவரைச் சென்று பார்க்க "அவங்க கூட பேசினேன். நீங்க பயப்படற அளவுக்கு ரொம்ப மோசம் இல்ல. நீங்க லாஸ்ட் டைம் சொன்னதை எல்லாம் வெச்சு நான் *Schizophrenia*'யாவா இருக்க வாய்ப்பு இருக்குன்னு நெனச்சேன்."

"பட் அவங்க பேசறது சில விஷயம்... ரொம்ப கிளியரா பேசறாங்க. அவங்க குழப்பத்துல இல்ல. அவங்க ஃலைப் எய்ம் என்னன்னு நல்லா தெளிவா சொல்றாங்க."

"துல்லியமா எதுனால அவங்களுக்கு இப்படி ஆகுதுன்னு சொல்லனும்னா, அவங்க பாஸ்ட்... அவங்கள ரொம்ப தொந்தரவு பண்ணுது. இது வரைக்கும் பேசினதை வெச்சு பாக்கறப்ப மே பி... *PTSD*'ன்னு சொல்ற *Post Traumatic Stress Disorder*'ரா இருக்கலாம்."

"பழைய வாழ்க்கைல நடந்த சம்பவங்கள், எக்ஸ்பெஷலி நைட் அவங்களுக்கு நடந்த, அவங்களுக்கு விருப்பமில்லாத சம்பவங்கள், ஆழ் மனசுல பதிஞ்சிருக்கலாம். அதனோட தாக்கம் தான் நைட் அவங்க தூக்கத்துல டிஸ்டர்ப் ஆகிறது."

"*Nightmare disorder* இல்ல *Night terror* இதுல ரெண்டுல ஏதாவதா இருக்கலாம். இது ரெண்டும் *PSTD* கூட சம்மந்தப்பட்டது. அந்த ஞாபகங்கள் வரப்ப, அவங்க தூக்கம் தடைபடும். யாரோ அட்டாக் பண்ற ஃபீல் இருக்கும்."

"அதோட இன்னும் கொஞ்சம் சிம்டம்ஸ் சொல்லனும்னா, எல்லாம் முடிஞ்சுபோச்சுன்னு நினைப்பாங்க."

"சாதாரணமான வாழ்க்கை சாத்தியமே இல்லைன்னு நினைப்பாங்க. மூட் ஸ்விங்ஸ் நிறைய இருக்கும். திடீர்ன்னு நல்லா பேசுவாங்க. அடுத்த நிமிஷமே கோபமாயிடுவாங்க. இல்ல சோகமாயிடுவாங்க."

அவர் அந்தக் குறைபாட்டைப் பற்றி நிறைய விஷயங்களை பகிர்ந்துகொள்ள, அனைத்தையும் பொறுமையாகக் கேட்டான் சக்தி.

"அவங்கள முக்கியமா தனியா இருக்க விடவேணாம். கூட யாராவது இருந்துட்டே இருந்தா அவங்க தனிமையை உணர மாட்டாங்க. நைட் கூட அவங்க பீஸ்ஃபுல்லா தூங்க ஏற்பாடு பண்ணுங்க" என்றவர், சில அறிவுரைகளைக் கூறினார்.

"அப்பறம் அவங்களுக்கு Cognitive Processing Therapy சொல்ற வீக்லி தெரபி மொதல்ல கொடுப்போம். அதுல முன்னேற்றம் தெரியலன்னா அடுத்து என்னன்னு பாக்கலாம். அவங்க வரமுடியாதுன்னு சொல்லலாம். பட், கூட்டிட்டுவர்றது உங்க பொறுப்பு" என்று புன்னகைத்தார்.

இருவரும் மருத்துவமனையில் இருந்து புறப்பட "மொத்தத்துல நான் பைத்தியம்ன்னு முடிவு பண்ணிட்டல சக்தி. இன்னும் என்னென்ன பண்ணனும்னு பிளான் வெச்சுருக்க?" கோபமாக வந்தன அவள் வார்த்தைகள்.

டாக்டர் சொன்னது நினைவிற்கு வர, ‘பொறுமையாக இருக்க வேண்டும்’ என்று தனக்கே சொல்லிக்கொண்டான்.

"நீ தான் சொல்ற பைத்தியம்ன்னு. ஆனா நீ முழிக்கிறதை பாத்தா எனக்கு என்னமோ உன்ன பேய் அடிச்சிருச்சோன்னு தோணுது" வருத்தப்படுவது போல் சொன்னவன்,

"காலைல உன்ன மசூதிக்கு கூட்டிட்டுப்போய் மந்திரிச்சு கூட்டிட்டு வரலாம்ன்னு பிளான்" என்றான் முகத்தைத் தீவிரமாக வைத்துக்கொண்டு!!!

....

(4)

மங்கை சிரிப்பைக் கட்டுப்படுத்தமுடியாமல் சிரித்தாள். அதைப் பார்த்த மிதுலா அவளைப் பார்த்து போலியாக முறைத்தாள் இதழில் புன்னகையுடன்.

"எங்க உங்களை கூட்டிட்டு போனாரு மேடம்?" ஆதவன் ஆர்வத்துடன் கேட்க "மந்திரிக்கவா?" மங்கை குறுக்கிட்டாள் கேலியாக.

மிதுலா சிரித்துக்கொண்டு "உண்மையை சொல்லனும்னா, பேய் அடிச்ச மாதிரி இருந்த என்னோட வாழ்க்கைல, ஒரு

பெரிய திருப்பமே அங்க தான் நடந்துச்சு..." என்றவள், புன்னகை மாறாமல் பக்கங்களைத் திருப்பினாள்.

....

அவன் சொன்னதைக் கேட்டு திட்ட வந்த மிதுலாவை, "போதும். இன்னிக்கி நிறைய திட்டியாச்சு. நாளைக்கு என்ன திட்டறதுன்னு தெரியாம போய்டும். சோ, நாளைக்கி கன்டினியூ பண்ணு. இப்போ ரெஸ்ட் எடு" என்றான் இதழோரம் புன்னகையுடன்.

அவனின் செயலில் கோபம் வந்தாலும், அவனின் இந்தப்பேச்சு அனைத்தையும் மறக்கவைத்தது மிதுலாவிற்கு. எதுவும் பேசாமல் வீடு வந்தனர்.

இருவரும் சாப்பிட்டுவிட்டு, அவன் வீட்டிற்குச் சென்றவன், பின் ஹெட் போன்ஸ் எடுத்துவந்தான். தன் மொபைலை ப்ளூடூத்துடன் இணைக்கச்செய்து, படுக்கையில் உட்கார்ந்திருந்த அவளுக்குப் போட்டு விட்டான்.

மொபைலில் ஒன்றை ஓடச்செய்ய, ஏதோ பேசவந்தவள், மௌனமானாள்.

சில நொடிகள், அப்படியே சுவற்றில் சாய்ந்து உட்கார்ந்துகொண்டாள். கண்கள் தானாக மூடின.

தன்னைச் சுற்றி பறவைகளின் கீச் என்ற ரீங்காரம் ஒருபுறம்... நீரோடையின் சத்தம் ஒரு புறம்... மனித அரவமற்ற இடத்தில், அந்த பறவைகளின் கீதத்தில், இயற்கையின் சத்தத்தில்... ஒன்றியவள் உணர்ந்தது நிர்சலனம், நிம்மதி...!!

உடலெங்கும், மனதெங்கும் பரவியது!!!! மூடிய கண்கள் முதலில் கண்ணீர் வடிந்த தடம்.

பின் அது உறக்கத்தைத் தழுவ, கனவிலும் அதே சத்தம். கனவோ... நினைவோ... மனது ஒருநிலைப்பட்டது. அலைபாயவில்லை... பல வருடங்கள் கழித்து எந்த ஒரு மனபாரமும் இல்லாமல் ஆழந்த உறக்கம்.

அவளின் ஒவ்வொரு பரிமாணத்தையும் கவனித்தான். அவள் மூடிய கண்களில் தெரிந்த அந்த நிறைவு அவனை நிம்மதியுறச்செய்தது.

அவள் ஆழந்த உறக்கத்தை எட்டும்வரை அவள் அருகில் இருந்தான். பின் அவளிடம் இருந்து ஹெட் போனை எடுக்க, அவள் தூக்கம் துளியும் தடைப்படவில்லை.

அங்கேயே சற்று தள்ளி அவனும் உறங்கிவிட்டான்.

இரவு, தூக்கம் தடைப்படவில்லை. நன்றாக உறங்கினாள். காலையில் ஜன்னல் வழியே வந்த வெளிச்சத்தில் கண்விழித்தவள், என்றைக்கும் இல்லாத ஒரு மனநிறைவுடன், புத்துணர்ச்சியுடன் எழுந்தாள். அவளுக்கே அவள் புதிதாகத் தெரிந்தாள்.

இரவு என்ன நடந்தது என்று யோசிக்க, அவன் அவளிடம் கேட்கச்சொல்லி கொடுத்தது நினைவிற்கு வர, திரும்பிப்பார்த்தாள். அவன் தரையில் உறங்கிக்கொண்டிருந்தான். கண்ணிமைக்காமல் அவனையே பார்த்தாள்.

தன் வாழ்வை மாற்ற வந்தவனோ? தனக்குத் தேவையானதை பார்த்துப் பார்த்துச் செய்கிறானே... இத்தனை நாள் எங்கே இருந்தான்? முன்பு... 'தன் தாய் தந்தை தனக்காக என்ன செய்தார்கள்? காப்பாற்ற முயற்சி கூட எடுக்கவில்லையே?' என்ற கோபம் வரும்.

ஆனால் இப்போது... அவர்கள் செய்த புண்ணியம், இவன் வடிவில் தன்னை காப்பதாக தோன்றியது. கண்டிப்பாக, தான் பழைய நிலைக்கு மாற முடியும் என்று நம்பினாள் முதல் முறையாக.

கண்கள் கலங்கின. கண்ணீர் வடிந்தது. ஆனால் கண்கள் அவனை விட்டு விலகவில்லை. அவனையே வெறித்துப்பார்த்துக்கொண்டிருந்தாள். எத்தனை நேரம் அப்படியே? தெரியவில்லை...

அவன் விழித்தெழுந்தவுடன், அவள் தன்னையே அசைவின்றி பார்ப்பதை உணர்ந்து, பதட்டத்துடன் அவளை உலுக்க, தன்னிலைக்கு வந்தவள், கலங்கிய கண்களுடன் அவன் கண்களைப் பார்த்தாள்.

அதில் அவன் பார்த்தது என்ன? அவனுக்குத் தெரியவில்லை. ஆனால் அதில் பல அர்த்தங்கள் இருந்தன.

"என்னைவிட்டுப் போயிடமாட்டியே சக்தி?" கேட்டுக்கொண்டே அவன் மடியில் சாய்ந்துகொண்டாள். ஒரு தாயின் மடியை அடைந்த குழந்தை போல.

அவள் தலையை ஆதரவாக வருடியவன், "நீயே சொன்னாலும் போகமாட்டேன்... உன்னைவிட்டு மிது..." அவன் கண்களில் இருந்து வந்த கண்ணீர் அவள் கன்னத்தில் பட்டு அவள் கண்ணீருடன் கலந்தது!!!

சிறிதுநேரத்தில் அவனின் போன் அலற, அதைப் பார்த்தவன் "அச்சச்சோ நேரமாச்சு. கிளம்பனும்" என்று மடியில் படுத்திருந்தவளை அவசரப்படுத்தினான்.

அவள் ஒன்றும் புரியாமல் எழ, "சீக்கிரம் குளிச்சிட்டு ரெடி ஆகு மிது. வெளிய சாப்பிட்டுட்டு, முக்கியமான இடத்துக்குப் போகணும்" என்று சொல்லிக்கொண்டே எழுந்தான்.

புரியாமல் அவனையே பார்க்க, அவள் முன் சொடுக்கிட்டு, அவளை தன்னிலைக்கு வரச்செய்தவன் "இன்னும் முப்பது நிமிஷம். சீக்கிரம் ரெடி ஆயிடு" புன்னகையுடன் சொல்லிவிட்டு வெளியேறினான்.

பதில் எதுவும் சொல்லவில்லை, தயாரானாள். வீட்டைப் பூட்டிக்கொண்டு கீழே இறங்கிச்செல்ல, அவன் பைக் முன் நின்றான்.

"பைக்ல தான் போணுமா?" நேற்று போல் கோபமில்லாமல் தயக்கமாகக் கேட்க, அவனுக்கே புரியவில்லை அவளின் இந்த மாற்றம். அங்கே சென்று கொண்டிருந்த ஆட்டோவை நிறுத்தினான். இருவரும் ஏறிக்கொண்டனர்.

"பைக் எப்போ வாங்கின சக்தி? இப்போதான் வந்ததா சொன்ன?" சந்தேகத்தை அவனிடம் கேட்க "பாண்டிச்சேரில இருந்து வரவெச்சேன் மிது" என்றான்.

அவன் வழி சொல்ல, ஆட்டோக்காரன் அவர்களை அழைத்துச்சென்றான். இடம் வந்ததும் இறங்கியவுடன், பெயர் பலகையை பார்த்து அவள் கண்கள் விரிந்தன.

Budding Buds Day Care and Pre-School என்றிருந்தது!

அவன் ஆட்டோவிற்குப் பணம் கொடுத்துவிட்டுத் திரும்ப, அவள் கண்கள் அந்த பலகையையே பார்த்திருந்தது.

மனது தன் சிறுவயது நாட்களை நினைவு கூர்ந்தது. அவன் அழைக்க அவனுடன் உள்ளே சென்றாள்.

எங்கும் குழந்தைகள். எந்தப் பக்கம் திரும்பினாலும் வாண்டுகள் அங்கும் இங்கும் ஓடிக்கொண்டிருக்க, அவள் முகத்தில் பிரகாசம் அப்பட்டமாகத் தெரிந்தது.

சக்தியின் முகத்தில் சின்ன சந்தோஷம். அவளை, அதன் பொறுப்பாளர் இருக்கும் இடத்திற்கு அழைத்துச்சென்றான். அவனைப் பார்த்ததும் அங்கிருந்த பெண்மணி புன்னகையுடன் எழுந்தாள்.

"வாங்க சக்தி. வாங்க மிதுலா" என்றதும் மிதுலா, 'எப்படித் தெரியும்' என்பது போல் பார்க்க, சக்தி மிதுலாவிடம் "இவங்க ப்ரியா. இந்த டேகேர் இன்சார்ஜ்" என்று அறிமுகம் செய்ய, அவளும் ப்ரியாவைப் பார்த்துப் புன்னகைத்தாள்.

அப்போது ஒரு வாண்டு ப்ரியாவிடம் ஓடி வந்து ஏதோ கம்பளைண்ட் கொடுக்க, இவர்களிடம் சொல்லிக்கொண்டு அங்கிருந்து சென்றாள்.

சக்தி மிதுலாவிடம் "மிது... நான் சொன்ன இன்னொரு விஷயம் இது..." என்று அவன் சொல்லவரும்முன் "இதுக்கு தான் நீ மைதிலி மேம்'ட்ட மூணு வாரத்துக்கு வேலை இல்லைன்னு சொல்லச் சொன்னயா சக்தி?" நேரடியாகக் கேட்டாள்.

அவன் அதிர்ந்து அவளைப் பார்க்க, "ஸோ, எல்லாம் உன் பிளான். நீ சொல்றத நான் செய்யணும்ன்னு நினைக்கிறயா? அது எப்பவும் முடியாது சக்தி. நான் நானாவே இருக்கனும். நான் கிளம்பறேன்" என்று கோபமாக சொல்லிவிட்டு, அவன் என்ன சொல்ல வருகிறான் என்பதைக் கேட்காமல் அவசரமாக அறையை விட்டு வெளியேறினாள்.

அப்போது, அங்கே ஒரு மழலை நடைபயின்று கொண்டிருக்க, நடக்கத் தெரியாமல் கீழே விழுந்தது. சரியாக அதேநேரம் வெளியே வந்த மிதுலா, குழந்தை விழுவதைப் பார்த்ததும்

அங்கிருந்தவர் வருவதற்குள் ஓடிச்சென்று குழந்தையைத் தூக்கிக்கொண்டாள்.

அதன் கால்களை நன்றாக தேய்த்துவிட்டு, நீவிவிட, அது அழுகையை நிறுத்தியது. பின் கவனம் மிதுலாவின் முடிக்குச் செல்ல, அதைப் பிடித்து இழுக்க ஆரம்பித்தது.

"ஏய் சுட்டி... முடியைவிடு..." என்று செல்லமாக மிரட்ட, வாண்டுக்கு குஷி அதிகமாகி, அவள் இடையில் கால் வைத்து ஏறி முடியைக் கொத்தாகப் பிடித்து விளையாடியது.

அப்போது அங்கே வேலை பார்ப்பவர் அவளிடம் குழந்தையை வாங்க வர, "பேரென்ன?" என்று மிதுலா கேட்க, "ஹாஸினி" என்றார்.

"ஹாஸினி குட்டி... ஆண்ட்டி முடியை விடுங்க" என்று கொஞ்சிக்கொண்டே பிஞ்சுக் கைகளை முடியில் இருந்து பிரிக்க, குழந்தை நன்றாக ஒட்டிக்கொண்டது மிதுலாவிடம்.

சக்தி இது அனைத்தையும் பார்த்துக்கொண்டிருந்தான். அவள் கோபமாகச் சென்றதையும், பின் குழந்தையைத் தூக்கிக்கொண்டதயும்...

வேலை பார்ப்பவர் குழந்தையை வரச்சொல்லி கை நீட்ட, அது வருவேனா என்றது மிதுலாவிடமிருந்து. கோபம் சுத்தமாக மறைந்திருந்தது அவளிடம். "சரி, கொஞ்ச நேரம் இருக்கட்டும் விடுங்க" என்று மிதுலா சொன்னதுதான் தாமதம்...

சக்தி நேராக அவளிடம் வந்து "வா மிது. போலாம்... உனக்கு இந்த இடம் பிடிக்கல... உனக்குப் பிடிக்காததை நான் இன்சிஸ்ட் பண்ணல" பரபரப்பாக, அவசரமாகச் சொல்ல, அவனை முறைத்தாள்.

பின் அவனிடம் "போதும் பில்டப். இதுதானே நீ எதிர்பார்த்த" முறைத்துக்கொண்டே சொல்ல, அந்தக் குழந்தை விடமாட்டேன் என்று மிதுலாவின் கழுத்தை நன்றாகக் கட்டிக்கொண்டது.

"இங்க பாரு மிது... போதும். நீ தனியா அடைஞ்சு கிடந்தது. அது நீ கிடையாது. நான் பாத்துருக்கேன் உனக்கு குழந்தைகளோட இருக்கறது எவளோ பிடிக்கும்ன்னு. ஸ்கூல் முடிஞ்சு அம்மாகூடவே இருப்பயே..."

“ஒரு த்ரீ வீக்ஸ் இங்க இருந்து பாரு. உனக்கு செட் ஆகலன்னா... நானே உன்ன வீட்ல போட்டு பூட்டிடறேன். நீ வீட்டுக்குள்ளயே இருக்கலாம். வெளிய வரணும்ன்னு சொன்னாக்கூட திறக்க மாட்டேன்" என்றான் தோள்களைக் குலுக்கிக்கொண்டு தீவிரமாக.

இன்னமும் அவள் முறைக்க "முறைக்காத. பாப்பா பயந்துடப்போகுது... ஆனாலும் உனக்கும் கொஞ்சம் மண்டைல மசாலா இருக்கு. இவளோ சீக்கிரம் மைதிலி மேம் விஷயம் கண்டுபிடிச்சுட்டயே" திரும்பவும் அவளைச் சீண்ட,

"ஓடிடு" என்றாள் கடுப்புடன் அதேநேரம் புன்னகையை ஏந்திக்கொண்டு!!!

....

(5)

"**சூ**ப்பர் மேடம். அப்போ உங்க ஃலைப் டெர்னிங் பாயிண்ட் அங்கதான்னு சொல்லுங்க" ஆர்வத்துடன் மங்கை கேட்க, புன்னகையுடன் ஆம் என்றாள் மிதுலா.

“மேடம்... அப்பறம் என்னாச்சுன்னு சொல்லுங்க... சொல்லுங்க..." ஆவலாக மங்கை கேட்க, புன்னகையுடன் தொடர்ந்தாள் மிதுலா.

....

கொஞ்ச நேரம் குழந்தைகளுடன் விளையாடிவிட்டு, மிதுலாவும் சக்தியும் அங்கிருந்து புறப்பட்டனர்.

இருவரும் அங்கிருந்து ஒரு டாக்ஸியில் ஏற, அவளிடம் சொல்லவேண்டும் என்று நினைத்த அடுத்த விஷயத்தை எப்படி ஆரம்பிக்கலாம் என்ற யோசனையுடனே ஆரம்பித்தான்.

"மிது... கூட்டிட்டுப் போனேன் தெரியுமா?" மெதுவாக பேச்சை ஆரம்பித்தான்.

அவள் 'எதற்கு' என்பதை போல பார்க்க “நாம அந்த டேகேர் பிராண்ட் அக்வயர் பண்ணப்போறோம்" பொறுமையாக அவன் சொல்ல, அவள் புருவங்கள் சுருங்கியது.

"அப்பறம்... இப்போ நாம பாண்டிச்சேரி போறோம்" அடுத்த தகவலைச் சொல்ல, அதிர்ந்தாள் மிதுலா.

"என்கிட்ட எதுவுமே கேக்க மாட்டியா சக்தி? நீயே முடிவு பண்ணுவியா?" பொறுமையாகக் கேட்டாள் ஆனால் அதில் அவ்வளவு கோபம் இருந்தது.

"சொன்னா நீ கிளம்ப மாட்ட மிது. உன்கிட்ட சொல்றதுக்கு நிறைய இருக்கு. உன் அப்பா ஆசை என்னன்னு தெரியுமா உனக்கு? அவங்கள பத்தி நீ எதுவுமே கேட்கலயே" வருத்தத்துடன் சொன்னான் சக்தி. கோபத்தில் அவளின் முகம் சிவந்தது.

ஒரு ஏளனப்புன்னகையுடன் "தெரிஞ்சுட்டு என்ன செய்யச் சொல்ற? பொண்ணு காணாம போய்ட்டா... என்ன ஆனாள்னு யோசிச்சாங்களா அவங்க? இன்னிக்கி என்னைத் தேடி வருவாங்க... நாளைக்கி வந்துடுவாங்கன்னு எவளோ நாள் நான் ஏங்கியிருப்பேன்... நா..." வார்த்தைகள் வராமல் தொண்டை அடைத்தது அவளுக்கு.

"புரியுது மிது. ஆனா நீ ஒரு விஷயம் யோசிச்சியா? யார்கிட்ட போய் என்னனு கேட்கமுடியும்? யார் உன்னை கூட்டிட்டுப் போனாங்கன்னு தெரியும்? நீ தொலைஞ்சு போனவுடனே போலீஸ்ல கம்பளைண்ட் குடுத்தாங்க. ஆனா ஒரு தடயம் கூட கிடைக்கல"

"உன்னைப் பத்தித் தெரிஞ்ச ஒரே ஆள் அந்த மேனேஜர், அதுவும் நீ சொல்லித்தான் எனக்கே தெரியும், அவன் இதுல இன்வால்வ் ஆயிருந்தான்னே... நீ காணாம போன ரெண்டாவது நாள் குடும்பத்தோட தற்கொலை பண்ணிக்கிட்டான். யோசிச்சுப் பாரு? ஸார் ஆண்ட்டி என்ன பண்ண முடியும்" விரக்தியுடன் சொன்னான்.

மிதுலாவின் மனதில் 'அந்த மேனேஜர் செஞ்சதுக்கு கடவுள் குடுத்த தண்டனையா இருக்கணும். பாவம், அவங்க பொண்ணும் மனைவியும்... இவரு செஞ்ச தப்புக்கு பலி ஆக வேண்டியதா போச்சு' வருந்தினாள் அவர்களுக்கு.

அவள் மௌனமாக இருக்க, அவன் தொடர்ந்தான். "உன்ன நாங்க ரொம்ப தேடினோம். ஸ்கூல்ல இருந்து அங்கன்வாடி

வரல. வீட்டுக்கும் போகல. ஸார் சுத்திட்டே இருந்தாரு ஏதாச்சும் தடயம் கிடைக்குமான்னு. ஆண்ட்டி சுத்தமா ஒடைஞ்சுபோய்ட்டாங்க."

"எனக்கு சென்னைல காலேஜ் ஸ்டார்ட் ஆயிடுச்சுன்னு வலுக்கட்டாயமா தமிழ் ஸார் அனுப்பிவெச்சுட்டாரு. ஆனா எல்லா விதத்துலயும் தேடினாங்க. அப்படியே ஒரு வருஷம் போய்டுச்சு."

"ஆண்ட்டி உடம்பு ரொம்ப வீக் ஆயிடுச்சு. படுத்தபடுக்கை ஆயிட்டாங்க. கிட்டதட்ட கோமாக்கு போய்ட்டாங்க" இதைக் கேட்டபோது மிதுலாவின் கண்கள் கலங்கியன.

"நீ தொலைஞ்சுபோன அன்னிக்கி தமிழ் ஸார் ஸ்கூலுக்கு வரலன்னு சொன்னயில்லயா... அவரு பாண்டிச்சேரில ஒரு மீட்டிங்க்கு போயிருந்தாரு. எதுக்குன்னு தெரிமா."

"புதுவை அரசாங்கத்தோட இணைஞ்சு அங்கன்வாடில நல்ல தரமான சேவைகளை செய்யணும்ன்னு. அது நம்ம NGO வழியா உதவற மாதிரி செய்யணும்ன்னு தான் அந்த மீட்டிங்."

"நீ போனதுல ஒரு வருஷம் அந்த வேலை அப்படியே நின்னுடுச்சு. ஆண்ட்டி உடம்பு சுத்தமா முடியல... ஒரு நாள் தவறிட்டாங்க" மிதுலா கண்கள் மூட, கண்ணீர் கண்களிலிருந்து கரை இறங்கியது.

"தமிழ் ஸார் ஏற்கனவே, நீ இல்லாம நடைபிணமா இருந்தாரு, ஆண்ட்டி போன துக்கத்துல எதுலயுமே கலந்துக்காம வீட்டுக்குள்ளயே இருந்துட்டாரு. அடுத்த வருஷமே... அவரும் போய்ட்டாரு" கேட்டுக்கொண்டிருந்த மிதுலா கண்களைத் திறக்கவில்லை. ஆனால் கண்ணீர் மட்டும் வந்துகொண்டிருந்தது.

"நான் படிக்கிறப்ப, NGO'க்காக சில நிகழ்ச்சிகள் நடத்தினேன் என் ஃபிரின்ட்ஸ் கூட சேர்ந்து. அப்பறம், நிறைய பேர்'ட்ட உதவிகள் வாங்கினோம். ஜோசப் ஸார் எப்போவுமே என்மேல நிறைய நம்பிக்கை வெச்சுருந்தாரு."

"அவரோட உடம்பு சரியில்லாதப்ப, என்னை ஆக்ட்டிங் செக்ரெட்டரியா இருக்கச் சொன்னாரு. அதையேதான் இன்னமும் கண்டின்யு பண்றேன்."

“அப்போதான் தெரியவந்துச்சு... தமிழ் ஸார்'ரோட அங்கன்வாடி ப்ராஜெக்ட் பத்தி... அவர் போறதுக்கு முன்னாடி லாயர்கிட்ட ‘என் மக காணாம போனப்ப சின்னப் பொண்ணு. ஆனா அவ வளர்ந்தவுடனே கண்டிப்பா எங்கள தேடிட்டு வருவா. அப்படி அவ வந்தாள்னா எல்லாச் சொத்துக்கும் அவளை பொறுப்பாக்கிடுங்க. அவ அடுத்த பத்து வருஷத்துக்குள்ள வரலைன்னா, *NGO* குடுத்துருங்க'ன்னு சொல்லியிருந்தாரு மிது"

இதை அனைத்தையும் கேட்கக் கேட்க மூடியிருந்த அவள் கண்களில் கண்ணீர் மட்டும் வெளியேறியது.

"அவர் நினைச்ச மாதிரி நீ வந்துருக்க... ஆனா யாரையும் பாக்காம போயிட்ட" என்றான் விரக்தியுடன்.

கண்களை மெதுவாகத் திறந்த மிதுலா...

"என்னாலயும் என்ன பண்ணமுடியும் சக்தி? அம்மா அப்பா தாத்தா பாட்டி யாருமே இல்லையே..." சோகத்துடன் சொன்ன அவளிடம் "ஏன்... என் ஞாபகம் வரவேயில்லையா மிது?" அவள் முகம் பாராமல் ஜன்னல் பக்கம் பார்த்து அவன் கேட்க, ஸ்தம்பித்துப்போனாள் மிதுலா.

உண்மைதான்... அவன் நினைவு வரவேயில்லை. அவளின் நிலைமை அப்படி. கவசம் சொல்லிக்கொடுத்தது அவனாக இருக்கலாம். ஆனால் அவனின் நினைவு வரவேயில்லை. என்ன சொல்வதென்று தெரியாமல் அமைதியாக இருந்தாள்.

“விடு மிது... அம்மா பொலம்பிட்டே இருப்பாங்க. 'சின்ன பொண்ணு. எங்க போய் என்ன கஷ்டமெல்லாம் பட்டுட்டு இருக்கோ'ன்னு. எனக்கும் அம்மாக்கும் எங்க வீட்டுப் பொண்ணு காணாம போனமாதிரி இருந்துச்சு.”

“நான் காலேஜ் போய் சேர்ந்தப்பறம் கூட, நீ சென்னைல எங்கயாச்சும் இருப்பயோன்னு நிறைய இடத்துல போட்டோ வெச்சு தேடினேன். ஆனா ஒன்னுமே நடக்கல"

‘யாருமே தன்னை தேடவில்லை... யாருக்கும் தான் தேவையில்லை’ என்கிற எண்ணம் தான் இருந்தது.

‘ஆனால் இவர்கள் இருவரும்கூட தனக்காக வருத்தப்பட்டிருக்கிறார்களே’ என்று நினைக்கும் போது

தன்னைச் சுற்றி நல்லவர்கள் இருந்திருக்கிறார்கள் என்றே தோன்றியது மிதுலாவிற்கு.

அவனே தொடர்ந்தான்.

"உன்னை இங்க பாத்தப்ப ரொம்ப கோபம் வந்துச்சு. தமிழ் ஸார் நீ கண்டிப்பா வருவன்னு சொன்னாரு. உன்னை நினைப்புலயே ரெண்டு பேரும் போய் சேர்ந்துட்டாங்க. ஆனா நீ... அவங்க நினைப்பு கூட இல்லாம இங்க வாழ்ந்துட்டு இருக்கன்னு கோபம். அதான் 'நீ எப்படி இருக்கன்னு கேட்க மாட்டேன்'னு உன்ன பார்த்தப்ப சொன்னேன்" தன்னிலை விளக்கம் அவன் கொடுத்தான்.

அவன் தோளில் சாய்ந்துகொண்டவள் "உன்னை பாத்தப்ப மனசோரத்துல நிம்மதி துளிர் விட்டுச்சு சக்தி. என்னை ஞாபகம் வெச்சுட்டு ஒரு ஜீவன் வந்து பாத்தது என்னவோ சொல்லத்தெரியாத சந்தோஷம். ஆனா நான்... என்னோட பாஸ்ட்... யாரும் வேணாம்ன்னு தோணுச்சு" என்றவள், திடீரென அவன் மேலிருந்து எழுந்து,

"இப்பவும் வேணாம் சக்தி இதெல்லாம். நான் என்னோட வேலை. என்னோட வீடுன்னு இருந்துடறேனே. வீட்டுக்கு போய்டலாமே... ப்ளீஸ்" கண்கள் கலங்க கெஞ்சினாள் அவனிடம்.

"மூணு வாரம் மிது... எனக்காக. உன் அப்பா அம்மாக்காக... தாத்தா பாட்டிக்காக... இன்னமும் சொல்லப்போனா கிறிஸ்டி பசங்களுக்காக" என்றதும் கலங்கிய கண்கள் முடிச்சிட்டன.

"ஆமா மிது... அந்த மிருகம் சிபாரிசு பண்ண இடத்துல பசங்க படிக்கணுமா? இந்த வருஷத்துக்குப் பணம் சேர்த்துட்டேன்னு சொன்ன. வேற இடத்துல படிக்கவெக்கலாமே? ஏன் கூடவே வெச்சுட்டு படிக்க வெக்கலாமே?" அவன் கேட்க,

"வேற இடத்துல சேர்க்கலாம் சக்தி. ஆனா, கூட வேணாமே..." என்றாள் மறுபடியும் கலங்கிய கண்களுடன்.

"ஏன்" என்பது போல் அவன் பார்க்க "அவங்களுக்கு அப்பா அம்மா இல்லைன்னு வாழ்ந்துட்டுப் போகட்டும். இப்படிப்பட்ட அம்மான்னு தெரியவேணாம். என்கூடவே இருந்தா

எப்பவாச்சும் உண்மை தெரியற நிலைமை வந்துடுமோன்னு பயம்மா இருக்கு."

"அப்படித் தெரியறப்ப, அவங்க நல்ல விதத்துல எடுத்துட்டா பரவால்ல. ஆனா தப்பா நினைச்சுட்டா? அவங்க வாழ்க்கையே ஸ்பாயில் ஆகிடும். அதுனாலதான். ஆனா, நீ சொல்றமாதிரி வேற இடத்துல சேர்த்துடலாம்" என்றாள் முடிவாக.

"திரும்பவும் சொல்றேன் சக்தி. அம்மா அப்பாவோட சொத்தெல்லாம் வேணாம். NGO'க்கே கொடுத்துடலாம். நான் வெச்சு என்ன செய்யப்போறேன்?" மறுபடியும் அவள் கெஞ்ச,

"இங்க பாரு மிது... எனக்கு நம்பிக்கை இருக்கு. எதையும் நல்லபடியா நடத்துற திறமை உன்கிட்ட இருக்குன்னு. நீ சொத்தை என்னவேணும்னாலும் பண்ணிக்கோ, நான் எதுவும் சொல்லல."

"ஆனா இனி நீ தான் நம்ம NGO'வ பாத்துக்கணும். நீ அப்படி பண்ணாத்தான் உன் தாத்தா, பாட்டி, அம்மா, அப்பா எல்லாரோட ஆத்மாவும் சாந்தி அடையும்" என்றான் திடமான குரலில்.

மறுக்கவும் முடியமால் ஏற்றுக்கொள்ளவும் முடியாமல் திணறினாள் மிதுலா!

....

"**மே**டம்! சக்தி ஸார்ட்ட உடனே சரின்னு சொல்லிட்டீங்க தானே" புன்னகையுடன் மங்கை கேட்க, "ஹ்ம்ம்" என்றாள் அதே புன்னகையுடன் மிதுலா.

❑

5

பசுமையின் புத்துணர்ச்சி

“**அ**ங்கயிருந்து எப்படி உங்க லைப் ஸ்டார்ட் ஆச்சுன்னு சொல்லுங்க மேடம்” என்றான் ஆதவன்.

மிதுலா, தன் வாழ்க்கையின் முன்னேற்றப் பக்கங்களான பசுமைப் பக்கங்களைப் புரட்ட ஆரம்பித்தாள்.

....

மிதுலாரின் தயக்கத்தை பார்த்த சக்தி "மிது. தமிழ் ஸார் ஆரம்பிச்சு பாதியிலே விட்ட ப்ராஜெக்ட் தான் அங்கன்வாடி ப்ராஜெக்ட். அவருக்காக இந்த வேலையைச் எடுத்து செய்யணும்ன்னு நினைச்சேன். ஆனா அதற்கான சந்தர்ப்பம் கிடைக்கல.”

“போன மாசம் இந்த “டே கேர் பிராண்ட்” க்ளோஸ் பண்ண போறதா கேள்விப்பட்டேன். பட் எப்படி ப்ரொசீட் பண்றதுன்னு இருந்தேன்."

"ஏன்னா, என்னோட இந்த வேலை, அம்மாவோட கனவு. நான் பெரிய ஆளா வரணும்ன்னு ஆசைப்பட்டாங்க. என்னால இந்த டே கேர் ப்ராஜெக்ட்ல எப்படி இறங்க முடியும்ன்னு யோசிட்டு இருந்தேன்.”

“ஆனா கடவுள், இதுக்கு நீ சரிவரமாட்டடா சக்தி... கரெக்ட்டான ஆள நான் காட்டறேன்னு சரியான நேரத்துல உன்னை என் கண்ணுல காட்டிட்டாரு” சீரியஸாக ஆரம்பித்து கண்ணடித்து முடிக்க, அவனைப் பார்த்து முறைத்தாள்.

சிறிது நேரத்தில் பாண்டிச்சேரியை அடைந்தனர் இருவரும். *NGO* அலுவலகத்துக்குச் சென்ற இருவரையும் பார்த்து அங்கிருந்தவர்கள் நிற்க, வேலை செய்யும் அனைவரையும் அழைத்தான் அவனின் அறைக்கு. அங்கே வக்கீலும் இருந்தார்.

அனைவரும் மிதுலாவைப் பார்க்க, ஒருசிலர் கண்டுகொண்டனர் அவளை.

"இவங்க தான் ஜோசப் ஸார் பேத்தி மிதுலா. இன்னும் கொஞ்ச நாள்ல... இவங்க தான் அவர் இடத்துல இருந்து எல்லாத்தையும் பாத்துக்கப்போறாங்க" என்று தெரியாத சிலருக்கும் அறிமுகப்படுத்தி வைக்க, அனைவரின் முகத்திலும் சந்தோஷம் தெரிந்தது.

வக்கீல் அவளிடம் நலம் விசாரித்துவிட்டு, சில ஆவணங்களை நீட்டினார். அவள் "என்ன" என்பது போல் சக்தியை பார்க்க, "அஃபிஷியலா பொறுப்பேத்துக்கறதுக்கான டாக்குமெண்ட்ஸ்" என்றான்.

அவன் அவரிடம் "இவங்க சென்னைல இருப்பாங்க ஸார். கொஞ்சம் அங்க வேலை இருக்கு. இங்க எப்பவும்போல மேனேஜர் பாத்துக்கட்டும். ஏதாச்சும்ன்னா என்னை கூப்பிடுங்க. நான் மிதுலாவைக் கூட்டிட்டுவறேன்" என சொல்லிவிட்டு அவளை அவள் தாத்தா உட்கார்ந்திருந்த இடத்திற்கு அழைத்துச்சென்று உட்காரச்சொன்னான்.

அவள் சற்று தயக்கத்துடன் அங்கு உட்கார, அவளின் பக்கத்தில் டேபிள் மேல் சாய்ந்து நின்றுகொண்டு முக்கியமான சில கோப்புகளைக் காட்டினான்.

அவள் அது எதையும் கவனிக்காமல் அவனையே பார்க்க, அவன் என்ன என்பதுபோல் கேட்டான்.

"நான் மூணு வாரம் கழிச்சு இதெல்லாம் வேணாம்ன்னு சொல்லிட்டா என்ன பண்ணுவ?" புருவங்களை உயர்த்திக் கேட்க, "சிம்பிள். ஆஃபீஸ உன்னோட ரூம்க்கு மாத்திடுவேன். ஆனா... இன்னுமா மூணு வார கணக்கெல்லாம் நம்புற?" புன்னகையை அடக்கிக்கொண்டு கேட்க, அவனை முறைத்தாள்.

"மிது... வரவர நீ ரொம்ப முறைக்கற... பக்கத்துல தான் மசூதி இருக்கு. ஒரு எட்டு எட்டிட்டு வரலாமா?" கேலியாகக் கேட்க, சிரிக்கவந்தவள் சட்டென ஏதோ நினைவுகளில் முகம் மாற, "என்னாச்சு மிது" கேட்டான் அவளிடம் .

"அங்கதானே அந்த ஆளோட டிரஸ்ட் இருக்கு" அவ்வளவு கோபம் முகத்தில்.

"வா போலாம்" என்று அவன் நகர "எங்க?" அவள் கேட்குமுன் அறையை விட்டு வெளியேறியிருந்தான். அவள் பின்னே செல்ல, அவளை அந்த ட்ரஸ்டுக்கு அழைத்துச்சென்றான்.

"எதுக்கு சக்தி இங்க இப்போ?" அவள் கேட்ட எதுவும் அவன் காதுகளில் விழவில்லை.

உள்ளே அவளை அழைத்துச் செல்ல, எல்லோராலும் போற்றப்படும் அந்த மாமனிதன் அறையில் உட்கார்ந்திருந்தான். இவன் உள்ளே செல்லவும், "அட வாப்பா சக்திவேல்" நட்புடன் அழைத்தான் அந்தக் கிழவன்.

தற்போது NGO இவனின் கண்காணிப்பில் இருப்பது தெரியும். எனவே இந்த மரியாதை. அவன் உள்ளே வந்த சிலநொடிகளில் மிதுலாவும் உள்ளே நுழைந்தாள்.

அவளை சக்தியுடன் பார்த்த அந்த மாமனிதன் அதிர்ந்து எழ, "உட்காரு மிது" என்று அவளை உற்காரவைத்துவிட்டு அறையை நோட்டம் விட்டான்.

அந்த மாமனிதனுக்கு என்னவென்று புரியாமல் நிற்க, சக்தி அங்கே ஜன்னல் திரை தொங்கவிடப்பட்டிருந்த கம்பியை இழுத்தான். அதுவும் கையோடு வந்தது.

அந்த மாமனிதன் பதறிப்போக "இந்தா பிடி" என்று மிதுலாவிடம் சக்தி நீட்ட, அவளுக்கும் புரியவில்லை.

அவள் சக்தியைப் பார்க்க "பிடி மிது. நீ தானே சொன்ன... 'ரெண்டாவது டைம் வந்தப்ப இந்த ஆள் பேசின பேச்சுக்கு ஒரு கட்டை இருந்துருந்தா போட்டு தொவைச்சுருப்ப'ன்னு. அதுக்குத்தான் பிடி" என சொல்ல, புன்னகையுடன் அவளும் வாங்கிக் கொண்டாள்.

சக்தி அங்கே இருந்த இருக்கையில் அமர்ந்துகொண்டான்.

மாமனிதனுக்கோ 'அனைத்தும் இவனுக்குத் " தெரிந்துவிட்டது. இவள் யார் இவனுக்கு' பல கேள்விகள் தோன்ற, மிதுலா எழுந்து தன்னிடம் வருவதைப் பார்த்துப் பீதியடைந்து, பதட்டத்துடன் பின்னே செல்ல, வெற்றிப்புன்னகையுடன் நெருங்கினாள் மிதுலா.

அன்று அவன் அவளை நெருங்கும்போது ஏற்பட்ட அவஸ்தையில் துவண்ட மனம், இன்று அவனின் பயத்தில் வெற்றி கொண்டது.

அவன் அருகில் சென்ற மிதுலா... "அன்னைக்கு வாய் கூசாம என்னைக் கூப்பிட்டல. உனக்கு ஒரு பொண்ணு இருக்குன்னு கேள்விப்பட்டேன். அந்த நினைப்பு இருந்திருந்தா நீ என்கிட்ட கேட்டுருப்பியா?" கிழவனால் பதில் சொல்ல முடியவில்லை.

" எங்க ரெண்டு பேருக்கும் கிட்டத்தட்ட ஒரே வயசு தான் இருக்கும். அட்லீஸ்ட் என்னை நெருங்கினப்ப உன் பொண்ணு ஞாபகம் வந்துருக்கலாம். வரலல?" அசிங்கத்தில் முகத்தைத் தாழ்த்திக்கொண்டான்.

"அதெல்லாம் பத்தாதுன்னு, நான் அடுத்த நாள் வந்தப்ப உனக்கு 'திரும்பத்திரும்ப செய்யனும்'ன்னு இருக்குன்னு சொன்ன. அப்போக்கூட உனக்கு உன் பொண்ணு ஞாபகம் வரலை?"

"இனி வேற பொண்ண இப்படி பாக்கறப்ப, இல்ல கூப்பிடறப்ப உன் பொண்ணு ஞாபகம் வருமா?... இல்ல உன் பொண்ணயே தப்பா தான் பாப்பயா?" கத்தியின் முனை போல் வந்தது ஒவ்வொரு வார்த்தையும்.

"ஐயோ வேணாம். இப்படிப் பேசாத" காதுகளை மூடிக்கொண்டான்.

அவன் கைகளை பிரித்துவிட்டவள் "இன்னைக்கு போய் உன் பொண்ணை பாக்கறப்ப என் ஞாபகம்... நான் பேசினது ஞாபகம் வரும்ல? அப்போ உன் பொண்ணை எப்படி பாப்ப? என்னை பாத்த மாதிரியா?"

"உன் போட்டோவை உங்க வீட்டுக்கு அனுப்ப ஒரு நிமிஷம் போதும் எனக்கு"

"அப்படி நான் அனுப்பி, அது உன் பொண்ணு கண்ல பட்டுச்சுன்னா, உன்கிட்ட கூட வர பயப்படுவா" நேராக அவன் கண்களைப் பார்த்துச்சொன்னவள்,

"ஏன்டா... என்ன சொன்ன நீ? இந்தத் தொழில் பண்ணவ தானே. ஏதோ கண்ணகி மாதிரி பேசற'ன்னு சொன்னைல... நீ

சொன்னாலும் சொல்லலைனாலும் உன்கூட படுக்கறதுக்கு முன்னாடி வரை நான் கண்ணகி தான்டா. நானா ஏத்துக்கிட்டு எவன்கூடவும் படுக்கல"

"இந்தத் தொழில் செய்றவங்கள்ல முக்காவாசிப் பேர் விருப்பமில்லாம தான் செய்றாங்க."

"ஒரு துப்புரவுத் தொழிலாளி, சாக்கடைக்குள்ள இறங்கி, கழிவை நீக்க வேலை செய்வாங்க, அவங்க உயிரைப் பணயம் வெச்சு. அதுபோல சாக்கடைப் புத்தியுடையவங்க சிலபேர் அவங்க சந்தோஷத்துக்காக எங்கள மாதிரி ஆளுங்ககிட்ட வருவாங்க. எங்களுக்கு விருப்பமில்லனாலும் 'கழிவுங்கிற அவங்க ஆசைய' போக்க, எங்களையே பணயம் வெச்சு, திருப்பி அனுப்புவோம்."

"இது யார் மேல தப்பு? சாக்கடைச் புத்தியுள்ள மிருகங்களா? இல்ல, அந்த கழிவை விருப்பமேயில்லாம பூசிக்கிற நாங்களா? த்தூ... இதெல்லாம் போய் உன்கிட்ட சொல்றேனே... நீயே ஒரு சாக்கடை..."

"உன்னை அடிச்சு வெளிக்காயம் மட்டும் தர்றதுல இஷ்டமில்லை. இனி நீ பொண்ணுங்கள தப்பா பாத்தாலோ, அவங்களுக்கு பிடிக்காம படுக்கக் கூப்பிட்டாலோ, உன் பொண்ண கூப்பிடறதா நினைச்சிக்கோ" என்றவள், அந்தக் கம்பியை கீழே போட்டுவிட்டு "வா சக்தி போலாம்" என்று வெளியேறினாள்.

கிழவனைக் கேவலமாகப் பார்த்துவிட்டு சக்தியும் அவள் பின் வெளியேறினான்.

சில நிமிடங்களில் இருவரும் காரில் ஏறினார். மிதுலாவின் மனது லேசானது. ஏதோ ஒரு நிறைவு.

பக்கத்தில் இருந்த சக்தி அவளையே பார்த்திருந்தான். இந்தச் சின்ன வயதில் என்ன ஒரு முதிர்ச்சி? அவளின் இந்த வெளிப்பாடு அவனை மிகவும் ஆச்சர்யப்படுத்தியது. கண்ணிமைக்காமல் பார்த்தான் அவளை. வித்தியாசமாகத் தெரிந்தாள்...

தன் தாய், கணவன் போன பின், சொந்தங்களால் தூற்றப்பட்டபோதும், நிமிர்வுடன் அவர்களை எதிர்க்கொண்டு, தன்னை வளர்த்தது...

எத்தனையோ முறை, தரம்தாழ்த்திப் பேசியவர்களைக் கிழித்துத்தொங்கவிடவேண்டும் என்று தான் சொன்னபோதெல்லாம், அப்படிச் செய்தால் அவர்களுக்கும் நமக்கும் என்ன வித்யாசம். நாம் நாமாக இருப்போம் என்றுவிடுவார்.

கோபப்படுவதாலோ, இல்லை பழிதீர்ப்பதாலோ, என்ன கிடைத்துவிடும்? போனது திரும்பவருமா? என்பார். அதனாலேயே கோபத்தை முற்றிலுமாக விட்டிருந்தான்.

இன்று தாயை போலவே மிதுலா பேசியது, அவனை அவளின்புறம் மொத்தமாக இழுத்தது.

முதல் முறை கண்கள் அவள் நடவடிக்கைகளை ரசிக்க ஆரம்பித்தது. தான் செய்வது சரியா... தவறா... என்ற விவாதம் நடக்கும்முன், தன்னையே குலுக்கிக்கொண்டு பார்வையைத் திருப்பினான்.

"சக்தி, நான் பண்ணது சரிதானே?" அவனைப் பார்த்து கேட்க, "ஹ்ம்ம்" என்றான் அவளைப் பாராமல். அவனால் அவள் கண்களை எதிர்கொள்ளமுடியவில்லை.

மனதில் ஆயிரம் கேள்விகள்... தன் எண்ணம் ஏன் தறிகெட்டுப் போகிறது என்று. அவளைப் பார்ப்பதைத் தவிர்த்தான்.

"சென்னை தானே போறோம் சக்தி?" என்று கேட்கும்போது தான், அவன் செய்ய நினைத்தது நினைவிற்கு வந்தது. "இல்ல மிது. உன் வீட்டுக்குப் போறோம். நாளைக்கு சென்னை போலாம்" என்றான்.

"ஐயோ வீட்டுக்கா... வேணாம்" என்றாள் அவசரமாக.

"இல்ல... கண்டிப்பா போனும்"

"உயிரை வாங்காத சக்தி... எல்லாரும் என்னை ஒரு மாதிரி பாப்பாங்க" எரிச்சலுடன் அவள் சொல்ல,

"யார் எப்படிப் பாத்தா நமக்கென்ன? உன் வீட்டுக்கு நீ போற அவளோ தான்" என்றான் விடாமல். யார் கண்ணிலாவது பட்டுவிட்டால்? இத்தனை நாள் எங்கே சென்றாய் என கேட்டால்... என்ன சொல்வது? என யோசிக்க, சில நிமிடங்களில் அவள் வீடும் வந்தது.

காரிலிருந்து இறங்க மிகவும் தயங்க, அவள் கையைப்பற்றி, வெளியே வரச்செய்தான்.

அந்த பரந்து விரிந்திருந்த வாசல் அவளுக்கு நிறைய ஞாபகங்களை நினைவூட்டியது. அவள் தாய், தந்தை அங்கே நிற்பதுபோல் மாயை. சக்தியின் கைகளை இறுகப் பிடித்துக்கொண்டாள்.

அவள் அப்படியே நிற்க, கதவைத்திறந்து உள்ளே அழைத்துச்சென்றான். வைத்தது வைத்தபடி சுத்தமாக இருந்தது வீடு.

அவள் சுற்றியும் முற்றியும் பார்க்க "ரெண்டு நாளைக்கு ஒரு தடவை கிளீன் பண்ணச் சொல்லிருக்கேன். தமிழ் ஸார் ஆசை எப்பவாச்சும் நிறைவேறாதா...? நீ வரமாட்டியான்னு" அவள் அவனைப் பார்க்க, அவன் படியேறி மேலே இருந்த அறைக்கு அழைத்துச்சென்றான்.

அந்த அறை முழுவதும் அவள் மற்றும் அவள் தாயுடன் இருக்கும் வரைபடங்கள். அவள் தந்தை வரைந்தது.

"நீ இல்லாதப்ப, ஆண்ட்டியும் போனதுக்கப்பறம், அவர் இந்த ரூமே கதின்னு இருந்தாரு" சக்தி சொல்ல....

ஒவ்வொரு படங்களையும் பார்த்தாள். ஒரு மூலையில் இருந்த அவர்கள் குடும்பப்படத்தைப் பார்க்க, கட்டுக்கடங்காமல் கண்ணீர் தாரைதாரையாகக் கொட்ட, கட்டுப்பாடுகள் தகர்த்து அருகே சென்று கதறி அழுதாள்!!!

....

இதை மங்கை மற்றும் ஆதவனுக்கு சொல்லிக் கொண்டிருக்கும்போது கண்கள் கலங்கின மிதுலாவிற்கு.

(2)

தாய் தந்தையை நினைத்து அவள் கலங்குவதைப் பார்த்த மங்கை "மேடம்" என்று அவளை ஆசுவாசப்படுத்த, கண்களைத் துடைத்துக்கொண்டு மீண்டும் தொடர்ந்தாள்.

....

அத்தனை நாள் தேக்கிவைத்த வேதனை கண்ணீராய் கொட்டியது. தாய் தந்தையை கடைசியில் பார்க்கமுடியவில்லயே என்ற வருத்தம் அதிகமாக, அழுதுகொண்டே இருந்தாள்.

"மிது..." என்று ஆதரவாக அழைக்க "ஏன் சக்தி என்னை விட்டுட்டுப் போனாங்க? நான் வருவேன்னு அவளோ நம்பினாங்க... இன்னும் கொஞ்சநாள் எனக்காகக் காத்துட்டு இருந்துருக்கலாமே... நான் துரதிஷ்டசாலி சக்தி... எனக்கு யாருமே இல்ல. நான் ஏன் இன்னமும் இருக்கனும்?" அழுதுகொண்டே கேட்க...

"ஏன்... நான் இல்ல மிது உனக்கு? எனக்காக இருக்க மாட்டயா?" கேட்டான் அவளிடம் உரிமையாக. அதை சொல்லும்போது அளவிட முடியாத உரிமை அவளிடம் தனக்கு உள்ளதுபோல் உணர்வு. ஏன் எப்படி என்று அவனுக்கு புரியவில்லை.

முன்பும் அவளிடம் இப்படிப் பேசியுள்ளான். ஆனால் இப்போது அது ஏனோ அவன் வேறு அர்த்தத்தில் சொல்வது போன்ற ஒரு எண்ணம்.

அவனையே கலங்கிய கண்களுடன் அவள் பார்க்க, தன் வார்த்தைகள் செல்லும் போக்கை உணர்ந்தவன், சட்டென நிறுத்தினான்.

விடுவிடுவென எழுந்து "நான் சாப்பிட ஏதாச்சும் இருக்கான்னு பாக்கறேன்" என்று அவசரமாக வெளியே சென்றுவிட்டான்.

கீழே சென்றவனின் உள்ளத்தில் போராட்டம். 'அவளிடம் எடுக்கும் உரிமை சரியா?' பெருமூளை கேள்விகேட்க... மனசாட்சியோ 'அதில் என்ன தவறு இருக்கிறது?' என மறுகேள்வி கேட்டது.

பெருமூளை விடுவேனா என 'அவள் அதற்கு ஒருக்காலும் ஒத்துப்போகமாட்டாள்' என்று வாதிட 'அதை நாம் ஏன் முடிவு செய்யவேண்டும்? என் எண்ணம் அவளுக்குப் புரிந்து ஒருவேளை ஏற்றுக்கொண்டால்?' என்று மனசாட்சி மறுவாதம் முன்வைத்தது.

சக்திக்கு மண்டையும் இதயமும் ஒருசேர வெடிப்பதுபோல் இருக்க, வேலையாள் சரியாக டீ பிளாஸ்க்குடன் வந்து நின்றார். அவசரமாக வாங்கி, அதை ஊற்றி இரண்டு மடக்கு பருக, ஓரளவிற்கு சமநிலைப்பட்டான்.

மனதில் நான் அறியாமல் அவள் வந்துவிட்டாள். அது தெளிவாகத் தெரிகிறது. அவளுக்கும் அது புரிந்து தன்னை ஏற்றுக்கொண்டால் தன் வாழ்க்கை அவளுடன்... இல்லையேல் இப்போது இருப்பதுபோல் இருந்துவிட வேண்டியதுதான்.

நடப்பது நடக்கட்டும் என முடிவெடுத்து, வந்தவரிடம் சமையல் செய்யச் சொல்லிவிட்டு மேலே சென்றான் டீ'யுடன்.

அங்கே அவளும் ஏதோ முடிவெடுத்ததுபோல், அழுகையை நிறுத்திவிட்டு உட்கார்ந்திருந்தாள். அவன் புரியாமல் அவள் அருகே செல்ல, அவனை ஏறிட்டுப் பார்த்தவள், மறுபடியும் ஏதோ சிந்தனையில் மூழ்கினாள்.

அவன் டீ கப்பை நீட்ட, அதை வாங்கிக்கொண்டவள் "சக்தி... உன்கூட கொஞ்சம் பேசணும்"

அவள் பக்கத்தில் அவனும் உட்கார, அவள் தொடர்ந்தாள்.

"நான் முடிவு பண்ணிட்டேன் சக்தி. அப்பாவோட இந்த டேகேர் ப்ராஜெக்ட் நம்ம எடுத்து நல்லபடியா பண்ணுவோம். என்னை நினச்சுட்டே உலகத்தை விட்டுப்போன ரெண்டு பேத்துக்கும் என்னால செய்யமுடிஞ்சது..." அவள் முடிக்க, அவனுக்குள் அப்படி ஒரு சந்தோஷம். 'நம்ம' என்று அவள் சொன்னதை கேட்டு.

அதுவும் அவள் தன்னுடன் இருக்கப் போவதாகச் சொன்னதைக் கேட்டு...

அவன் முகம் புன்னகையைப் பூசிக்கொள்ள, "ஆனா சக்தி... அதப்பத்தின பேசிக் (basic) கூட எனக்குத் தெரியாது. அதுக்காக

நான் என்ன அப்க்ரேட் (upgrade) பண்ணிக்கணும். ஏன்னா..." என்று அவள் இழுக்க, அவன் "என்ன" என்பது போல் பார்த்தான்.

"அது... நான்... டென்த்... பிளஸ் டூ கூட படிக்கல. அதுதான் ஒரே யோசனையா இருக்கு" கடந்தகாலம் நினைவிற்கு வந்து அவளை கலக்கத்துடன் தயங்கவைத்தது.

அதைப் புரிந்துகொண்டவன், அவளின் கலக்கத்தைப் போக்க, "இதெல்லாம் ஒரு விஷயமா... இப்போ படிச்சிட்டா போகுது... ஆனா..." என அவன் இப்போது இழுக்க, அவள் புரியாமல் பார்த்தாள்.

அவனோ சிரிப்பை அடக்கிக்கொண்டு "சின்னப் பொண்ணா இருக்கப்பவே உன்னை ஒரு இடத்துல உட்காரவெச்சு, படிக்க வைக்க ஸாரும் ஆண்ட்டியும் ரொம்ப கஷ்டப்பட்டாங்க. அதுதான்..." என்று கண்சிமிட்ட "ஏய்ய்... வேணாம்..." என்று ஒரு விரல் காட்டி மிரட்டினாள்... அவன் சத்தமாகச் சிரித்தான்.

"மிது. மிது... நீ டைரக்ட் பிளஸ் டூ எழுது. அப்பறம் ஏர்லி சைல்ட்ஹூட் எஜுகேஷன் கோர்ஸ் (Early Childhood Education course) பண்ணிட்டா, ஈசியா இத ஹாண்டில் பண்ணிடலாம்" என்றான் அவளைத் தேற்றும் விதமாக.

அவள் முகம் பிரகாசமாக, அதைப் பார்த்தவனின் முகத்திற்கும் அது தொற்றிக்கொண்டது. அவள், அப்பா அம்மாவின் போட்டோவை வருடிக்கொடுக்க, அவன் கண்களோ அவளை வருடின.

'அவள் எப்போதும் இப்படியே சந்தோஷமாக இருக்கவேண்டும். அதற்கு என்னவேண்டுமானாலும் செய்யலாம்' என்று நினைத்துக்கொண்டான்.

அன்றிரவு அவளின் அறையில் அவளை உறங்கச்சொல்ல, முதலில் தயங்கினாள். பின் முந்தையயிரவு போல், ஒரு மெல்லிய இசையை ஒலிக்கவிட, அவள் கண்கள் தூக்கத்தைத் தழுவின.

அடுத்தநாள் இருவரும் சென்னை வந்தனர்.

அவளை டேகேரில் விட முடிவெடுத்தான். அவளும் “சரி” என்க, இருவரும் கீழே வந்தனர். அவள் தயங்குவாள் என்றெண்ணி ஆட்டோ அழைக்க அவன் நினைக்க, அவள் பைக்கின் பக்கத்தில் நின்றாள்.

முன்பு அவளுக்குத் தயக்கம். ஆனால் இப்போது அவனுக்குத் தயக்கம்.

முன்பு மனதில் எதுவுமில்லை. ஆனால் இப்போது? அவன் நினைக்கையிலே "எவளோ நாள் ஆட்டோ எடுத்துட்டுப் போறது. பைக்லயே போய்டலாம்" என்றாள் அவனின் தயக்கத்தைத் பார்த்து.

அவன் வண்டியை எடுக்க, அவள் பின்னே உட்கார்ந்து கொண்டாள். அவன் மனதில் படபடப்பு. இன்பப் படபடப்பு. வண்டியின் கண்ணாடியை சரிசெய்துகொண்டான். சாலையைப் பார்க்க அல்ல... அதன் வழியே அவளைப் பார்க்க...

அந்த பத்துநிமிடப் பயணம் அவனுக்குப் புதிய பல காதல் பரிமாணங்களைக் கற்றுக்கொடுத்தது.

உள்ளே சென்றதும் ஹாசினி ஓடிவந்து அவளைக் கட்டிக்கொண்டாள். அதைப் பார்த்து இன்னும் சில வாண்டுகள் அவள் அருகில் ஓடிவர, அந்த பொடுசுகளிடையில் தானும் ஒரு வயதுப் பிள்ளை போல் ஐக்கியமானாள்.

உள்ளே வந்த சக்தி, அவள் குழந்தைகளுடன் கலந்துவிட்டதைப் பார்த்தவன், பொறுப்பாளர் ப்ரியாவிடம் பேசிவிட்டு மிதுலாவிடம் வந்தான்.

"மிது... எனக்குக் கொஞ்சம் வேல இருக்கு. நான் முடிச்சிட்டு வந்துடறேன். வந்ததும் நாம கிளம்பலாம்" அவளிடம் விடைபெற்றுக்கொண்டு சென்றான்.

குழந்தைகளுடன் குழந்தையாய் கலந்த மிதுலாவிற்கு கடந்தகாலம்... ஒற்றையறை... மனிதர்கள் மீதான வெறுப்பு.... என்று எந்த ஒரு கட்டுப்பாடும் போட்டுக்கொள்ளாமல் தன் சிறுவயதிற்குப்பின் வாழ்ந்திருக்கவேண்டிய வாழ்க்கையை,

தற்போது வாழவேண்டும்... இந்த வாண்டுகளுடன் என்று முடிவெடுத்தாள்.

தான் சில தினங்கள் முன் எப்படி இருந்தோம்... இப்போது இந்த மாற்றம்... என்று நினைத்துக்கொண்டிருக்கையில் சக்தியின் பிம்பம் வந்து சென்றது. முகத்தில் தானாக சிரிப்பு படர்ந்தது.

சில மணித்துளிகள் அந்த வாண்டுகளுடன் கழிந்தன.

"மிடு..." என்று ஹாசினி மழலை மொழியில் கொஞ்ச, பெயர் சொல்லி அழைத்த அந்தப் பெரிய மனுஷியைப் பார்த்தாள் மிதுலா. சக்தி அவளை அழைத்திருந்ததைப் பார்த்து க்ஷணத்தில் கற்றுக்கொண்டது அந்த பிஞ்சு.

"என்ன ஹாசினி?" மிதுலா கேட்க "குத்ர குத்ர" என்றது குழந்தை. காப்பாளரிடம் மிதுலா 'என்ன சொல்கிறாள்' என வினவ,

அவர் "அவங்க வீட்ல இவ சாப்பிட, குதிரை மாதிரி தூக்கிட்டுப் போவாங்கலாம் மா. அதுமாதிரி தூக்கச் சொல்றா. ரெண்டு நாள் பண்ணி உடம்பு பெண்டு நிமுந்துடுச்சு" அலுத்துக்கொண்டார் அந்தப் பெண்மணி.

பின் அவரே "இது மாதிரி எதையாச்சும் பழக்கி விட்டுட்டு நம்ப உயிரை எடுக்கிறாங்க. இவள சாப்பிட வெக்கறதுக்குள்ள..." என்று மறுபடியும் புலம்பினார்.

"சரி... நான் அவளுக்கு விளையாட்டு காட்டறேன். நீங்க ஊட்டிவிடுங்க" என்று சொல்லிவிட்டு, "என்ன நாலு கால்ல நடக்க வெச்சிட்டயே" ஹாசினியின் கன்னத்தைக் கிள்ளிவிட்டு, குதிரை போல் நாலுகால்களில் நிற்க, ஹாசினி கைதட்டிக்கொண்டே அவளின் மேல் ஏறிக்கொண்டாள்.

இதைப் பார்த்து அங்கே ஓடிவந்த ப்ரியா "மேடம்... நீங்க போய் எதுக்கு இதெல்லாம் பண்ணிட்டு" என்று தடுக்க, "இருக்கட்டும். குழந்தை ஆசைப்படுதில்ல" என்று சுற்ற ஆரம்பித்தாள்.

மிதுலா அங்கும் இங்கும் ஹாசினியை வைத்துக்கொண்டு ஓட, மற்ற வாண்டுகளுக்கும் குஷி ஏறியது.

மிதுலாவைத் துரத்தி விளையாடிக்கொண்டிருக்க, ஹாசினியும் உண்டு முடிக்க, அதே நேரம் சக்தியும் உள்ளே வந்தான்.

மிதுலா இருந்த நிலையைப் பார்த்து சிரிப்பு தாங்காமல், சத்தமாகச் சிரிக்க, அதைப் பார்த்து மிதுலா முறைத்தாள்.

ஹாசினியை இறக்கிவிட்டவுடன், அடுத்து சில வாண்டுகள் “நானு நானு” என்று அவள் மேல் எற அடம்பிடித்தன.

"அட போங்கய்யா... என்னால முடில..." என்று மிதுலா உட்கார, குழந்தைகள் அவள் மேல் பாய்ந்தன. “குதுர போணும் குதுர போணும்” என அடம் பிடிக்க ஆரம்பித்தார்கள்.

சக்தி இன்னமும் சிரிக்க, அதைப் பார்த்த மிதுலாவோ குழந்தைகளிடம் "யாருக்கு யானை போகணும்?" என்று கள்ளப்புன்னகையுடன் சக்தியைப் பார்த்துக்கொண்டே கேட்க, அவனுக்கு புரிந்துவிட்டது.

“நான்... நான்” என்று குழந்தைகள் ஒன்றின்பின் ஒன்றாக சொல்ல, சக்தி அந்த இடத்தை விட்டு வெளியேற நினைத்தான், அவளின் உள்குத்தை நினைத்து.

அதற்குள் மிதுலா “அங்கபாருங்க... யானை ஓடப் பாக்குது. பிடிங்க..." என்று சக்தியைக் காட்டிச் சொல்ல, அனைத்தும் அவனிடம் ஓடின.

இப்போது சிரிப்பை மிதுலா எடுத்துக்கொண்டாள். “என்ன பாத்து சிரிச்சல்ல. பண்ணு பண்ணு” என்ற பாணியில் சக்தியை பார்த்து கிண்டல் செய்ய, குழந்தைகள் அவனை விடுவதுபோல் தெரியவில்லை. அடுத்து யானைச் சவாரி அவன் முதுகில் நடந்தது.

அவளின் முகம் ஆயிரம் வாட்ஸ் பல்ப் பிரகாசிப்பதுபோல் இருந்தது அவனுக்கு. மொத்தமாக அவளின் அந்த முகத்தை அவன் மனதில் பதித்துக்கொண்டான்.

கள்ளம் கபடமில்லாத அவளின் சிரிப்பு. களங்கமற்ற அவளின் உள்ளம். இத்தனை நாட்கள் தன்னையே வருத்திக்கொண்டு கூட்டில் அடைபட்ட கிளிபோல் இருந்தவள், இன்று குதூகலமாய் இருப்பது அவனுக்கு அவ்வளவு நிறைவாக இருந்தது.

‘உன்னை என்றுமே இப்படியே வைத்துக்கொள்வேன் மிது’ என்று உறுதிமொழி எடுத்துக்கொண்டான்!!!

....

(3)

"**வா**வ்...மேடம்... உங்களுக்கும் சக்தி ஸார் மாதிரி தோணுச்சா?" அவளிடம் மங்கை கேட்க, “ஆம்” என்றும் “இல்லை” என்றும் ஒருசேர தலையாட்டினாள் மிதுலா.

மிதுலா தந்த பதிலில் குழம்பிய மங்கைக்கு, ஆவல் இன்னமும் அதிகமாக, "என்ன நடந்துச்சு சொல்லுங்க மேடம்?" எனக் கேட்க, புன்னகையுடன் தொடர்ந்தாள் மிதுலா.

....

இருவரும் சில மணிநேரங்கள் அங்கே செலவிட்டுவிட்டு, வீடு திரும்பினார்.

உள்ளே வந்தவுடனே, ஒரு கவரை மிதுலாவிடம் நீட்டினான். அதில் பத்தாம் வகுப்பின் விண்ணப்பத்தாளும், அதற்கான பாடப்புத்தகங்களும் இருந்தன.

"மொதல்ல செகண்டரி முடுச்சு சர்டிபிகேட் வாங்கிடலாம். அப்பறம் பிளஸ் டூ'க்கு ஈசி சப்ஜெக்ட்ஸ் எடுத்து, ஆன் டிமாண்ட் எக்ஸாம் (On Demand Exam), NIOS (National Institute of Open schooling) வழியா எழுதிடலாம்" அனைத்தையும் அவளுக்கு விளக்க, அவனையே பார்த்துக்கொண்டிருந்தாள்.

"இத முடிக்கத்தான் வெளிய போனயா சக்தி?" அவள் கேட்க, "ஹ்ம்ம்... ஆமா மிது. சீக்கிரம் எல்லாத்தையும் முடிச்சிடலாம். என்ன ஒன்னு...." என்று அவளைக் குறும்பாகப் பார்த்தவன் "லேங்வெஜ்... இங்கிலிஷ் உனக்குப் பிரச்சனை இல்லை. தமிழ் தான் தகராறு..." என இழுத்து

"அத எப்படி பாஸ்(pass) பண்ண வைக்கறதுன்னு தான் யோசனையே... தமிழ்ச் செல்வன் ஸார்க்கு தமிழ் சுத்தமா வராத பொண்ணு... ரொம்ப கஷ்டம்" சலித்துக்கொள்வதுபோல் சொல்லி சிரித்தான்.

"ஹலோ... அது அப்போ... இப்போ பின்னி பெடலெடுப்பேன்... சென்டம் எடுக்கறேனா இல்லையான்னு பாரு" என்று சவால் விட்டாள் அவனின் கேலிப் பேச்சைப் பார்த்து .

"தமிழ்ல சென்டம் எடுக்க முடியாதும்மா... மொதல்ல பாஸ் பண்ணுவியான்னு பாரு" என மறுபடியும் அவளை சீண்ட, "நான் சவால் விடறேன் சக்தி..." அவன் முன் சொடுக்கிட்டவள் "உன்னைவிட ஒரு மார்க் அதிகமா தமிழ்ல எடுத்துக் காட்டல..." என நிறுத்தி,

"என் அப்பா பேர மாத்திடுவேன்..." எனச் சொல்லி கண்ணடித்தவள் "பின்னே, அவர் பாட்டுக்கு தமிழ்ச் செல்வன்னு பேரு வெச்சுக்கிட்டு... அதுனால என்ன டார்ச்சர் பண்ணா நான் என்ன செய்ய... அந்த வல்லினம், மெல்லினம், இடையினம்.... ஐய்யோ... அப்பா கண்ணு முன்னாடி குச்சி வெச்சுட்டு நிக்கறமாதிரி தெரிதே" என சவாலோடு ஆரம்பித்து சலிப்புடன் முடிக்க, பலமாகச் சிரித்தான் சக்தி.

"விடு விடு... என்னைவிட ஒரு மார்க் அதிகமா எடுக்கறேன்னு பில்டப்'லாம் பண்ணாம இரு... நான் பாஸ் பண்றதுக்கு எது தேவையோ சொல்லித்தரேன்" என்றான் தோள்களைக் குலுக்கிக்கொண்டு.

தலையில் அடித்துக்கொண்டவள், "என் தலையெழுத்து... என்னமோ செய்" என்றாள் கடுப்புடன்...

மாதங்கள் அழகாகக் கடந்தன...

காலையில் அவளை டேகேரில் விட்டுவிட்டு அவன் அலுவலகம் செல்வான். மதியம் அவளை அழைத்துக்கொண்டு வீட்டில் விட்டு, படிக்கச் சொல்லிவிட்டு மறுபடியும் அலுவலகம் செல்வான்.

வாரம் ஒரு முறை அவளுக்கு மருத்துவரிடம் ஆலோசனைகள் அளிக்கப்பட்டது. மனதளவிலும் ஓரளவுக்குத் தேறினாள். குழந்தைகளுடன் குழந்தையாய், தனிமையை முற்றிலும் மறந்தாள்.

அதுமட்டுமில்லாமல் சக்தி, எடுத்தவுடன் சகவயது ஆட்களுடன் அவளைப் பழகவிடாமல், குழந்தைகளுடன் முதலில் பழகவிட்டதால், எந்தப் பிரச்சினையும் இல்லாமல் அவளால் சுமுகமாக சக்தியைத் தவிர மற்றவர்களுடன் பழக முடிந்தது.

சக்தியின் மனதில் அவள் முழுமையாகச் சம்மணமிட்டு உட்கார்ந்துகொண்டாள். அவளுடன் இருக்கும் தருணங்களை முற்றிலுமாக உள்வாங்கிக்கொண்டான். கூடவே அவளை ரசிக்கவும் தவறவில்லை.

அவளின் கண்கள்... கண்களை ஏந்திய அந்த அழகிய முகம்... முகத்தில் புரளும் கூந்தல்... பெரும்பாடுபட்டு அவளை சம்மதிக்கவைத்து அவளுக்கு எற்றாற்போல் அவன் எடுத்துத்தந்த உடைகள்... அதில் தெரியும் அவளின் நளினம்...

அவளை சீண்டும்போது, வரும் கோபம்... பாடம் படிக்கும்போது, வரும் சலிப்பு... குழந்தைகளுடன் விளையாடும்போது, வரும் குறும்பு... அனைத்தையும் ரசித்தான்... அனைத்தும் அவளறியாமல் நடந்தது.

நாட்கள் செல்ல, ஒருநாள் மிகுந்த சந்தோஷத்துடன் வந்தான். வந்தவன் அவளுக்கு இனிப்பு பெட்டியை நீட்ட, "என்ன பாஸ்(pass) ஆய்ட்டேனா..." பெருமூச்சுவிட்டுக்கொண்டு அவள் எடுத்துக்கொள்ள "தமிழ்ல எவளோ தெரியுமா?" விழிகள் விரித்து அவன் கேட்க, யோசனையுடன் அவள் பார்த்தாள்.

அவன் மதிப்பெண்ணை சொன்னவுடன் அவளால் நம்ப முடியாமல், வாய் மேல் கைவைத்துக்கொள்ள, "அப்பவும் என்னைவிட பத்து மார்க் கம்மிதான்" என்றான் பெருமையாக.

"உன்னோட டீச்சர் யாரு...? என் அப்பாவாச்சே. எனக்கு வாச்ச டீச்சர்க்கு அப்பா அளவுக்கு திறமை இல்ல போல..." அவளும் போலியாக சலித்துக்கொண்டு நகைக்க, அவனும் நன்றாக சிரித்தான்.

"உன் அப்பாவோட ஸ்டூடன்ட் படிப்புல செம்ம ஸ்மார்ட். அதுதான் அவளோ மார்க். என் ஸ்டூடன்ட் என்னை மாதிரி இல்லையே. வாய் பேசறதுல தான் ஸ்மார்ட். இவளோ மார்க்

எடுக்க வெச்சதுக்கே... எனக்கு நல்லாசிரியர் விருது குடுக்கணும்" என்றான் அவளைப் போல் அவனும் போலியாகச் சலித்துக்கொண்டு.

"போடாங்...க" என்று சொல்லவந்தவள் சட்டென நிறுத்தி, சொல்லவந்ததை நினைத்து நாக்கைக் கடித்துக்கொள்ள, அதைப் பார்த்தவன் முற்றிலும் விழுந்தான் அவளின் முகபாவனையில். ஏதோ ஒரு மாற்றம் ... மனதிலும் உடலிலும்...!

பின் வந்த நாட்களில் அவளை பன்னிரண்டாம் வகுப்பிற்கு தயார் செய்தான். இதற்கு நடுவில் அவ்வப்போது பாண்டிச்சேரிக்கும் சென்று வந்தனர். மிதுலாவின் மனநிலையிலும் நல்ல மாற்றம் ஏற்பட்டது.

கிறிஸ்டியின் பிள்ளைகளை அவர்கள் NGO'வின் வழியாக கொடைக்கானலில் இருந்த ஒரு பெரிய பள்ளியில் சேர்த்தனர். அவளின் தேர்வுகளும் முடிந்திருந்தது.

இருவரும் அடுத்தவரின் துணையில் தனிமையை மறந்தனர்.

அப்படி இருக்கையில் ஒருநாள் மிதுலா அவனிடம் "சக்தி... லண்டன் யூனிவர்சிட்டில ஏர்லி சைல்ட்ஹூட் எஜுகேஷன் கோர்ஸ் பாத்தேன். டிப்ளமோ கோர்ஸ். ட்வெல்வ் மன்த்ஸ் கோர்ஸ்" என்றவுடன் அவன் முகம் முற்றிலும் மாறியது.

அதைக் கண்டுகொண்டவள், அவனிடம் விசாரிக்க, எதுவும் சொல்லாமல் தலைவலிக்கிறது என்று சென்றுவிட்டான். மிதுலாவிற்கு புரியவில்லை அவனின் இந்தச் செயல். அவளும் அப்போது எதுவும் கேட்க வேண்டாம் என்று விட்டுவிட்டாள்.

அவன் வீட்டிற்குச் சென்றவன், ‘ என்னை விட்டுட்டுப் போக எப்படித் தோணும் அவளுக்கு? என் மனசை கொஞ்சம் கூட புரிஞ்சுக்கலயா? ஒருவேளை என்னை மாதிரி அவளுக்கு தோணவேஇல்லையா? இவளைவிட்டு போகமுடியாதுன்னு யு எஸ்’கூட போகாம இவளோடவே இருக்கேனே. ஆனா இவள்?’ மனது வலித்தது.

"போய் அவகிட்ட சொல்லிடலாமா? அவளை பிடிச்சுருக்குன்னு? ஒருவேளை கோபப்பட்டு என்னை விட்டுட்டுப் போயிட்டா'ள்னா? இது எதுவும் வேணாம்ன்னு

பழைய வாழ்க்கையே போதும்ன்னு சொல்லிட்டா? ஐயோ... அவளை இந்த மாதிரி பாக்க எவளோ ஆசைப்பட்டேன். எல்லாம் பாழாகிவிடுமே" இதுவரை இல்லாத மனப்போராட்டம் அவனுள்.

மனது அவள் தான் தன் உலகம் என்றது. தன் தாயின் பிரிவைப் போல, இந்தப் பிரிவு தன்னை மிகவும் காயப்படுத்துமோ என்று எண்ணினாலும், சட்டென மற்றொன்றும் தோன்றியது.

"அவளாக இதுவரை இது செய்யவேண்டும்... இப்படிச் செய்யவேண்டும் என்று கேட்கவில்லை. அனைத்தையும் நானே பார்த்துக்கொண்டேன். முதல் முறையாக அவள் கேட்கிறாள். இதைக்கூட செய்யவில்லை என்றால்?"

முடிவெடுத்தான்... எழுந்து சென்று அவள் வீட்டின் கதவை தட்டிக்கொண்டு உள்ளே செல்ல, அவளோ படுக்கையில் உட்கார்ந்துகொண்டு ஏதோ யோசித்துக்கொண்டிருந்தாள்.

"மிது..." என்றழைத்துக்கொண்டு அவள் அருகில் உட்கார்ந்தவன் "எந்த யூனிவர்சிட்டி? எப்போ அப்ளை பண்ணலாம்..." என்று அவளை பார்த்துக்கேட்க

"ஒன்னும் வேணாம். நீ தான் பதிலே சொல்லாம போனயே. இப்போ என்னவாம்" முகத்தை திருப்பிக்கொண்டாள்.

"சரி. சாரி. நாளைக்கே என்ன ப்ரோஸஸ்'ன்னு பாத்து வேலையை ஆரம்பிச்சுடலாம்"

"எதுக்கு அப்படி பேசப் பேச பாதிலயே போன...?" சண்டையிட அவள் கேட்க,

அவனோ, அவள் தன்னை விட்டுச் செல்கிறாள். அவளுக்கு தன்னைப்போல் தோன்றவில்லையே என்ற வருத்தத்தில் "ப்ச்... நீ இல்லாம நான் எப்படி தனியா இருப்பேன்? அதுதான். வேற ஒன்னுமில்ல" என்றவன், இதற்கு மேல் இருந்தால் ஏதாவது உளறிவிடுவோம் என்றெண்ணிச் சென்றுவிட்டான்.

ஆனால் மிதுலாவின் மனதிலோ "ஆமால... சக்தியை விட்டுட்டு எப்படி போவேன்...? எப்படி என்னால் முடியும்?" புதிதாக இப்போது தான் கேள்விகள் முளைத்தன அவளுக்குள்.

இரவு முழுவதும் தூக்கம் வராமல் "ஏன் சக்தியைப் பிரிந்து செல்லவேண்டும் என்பது இவ்வளவு கஷ்டமாக உள்ளது? தான் எப்படி வாழ்நாள் முழுவதும் அவனுடன் இருக்க முடியும்? அவனுக்கென வாழ்க்கை இருக்காதா? அதில் தான் எப்படி இருக்க முடியும்?"

"ஒருவேளை தன்னையுமறியாமல் அவனை?" தன்னையே குலுக்கிக்கொண்டாள். "வாய்ப்பில்லை. அது நடக்கவும் கூடாது. அவனுக்கு நல்ல வாழ்க்கை அமைய வேண்டும்"

"ஒருவேளை அவனுக்கும் தன்னைப் போல் தோன்றுகிறதோ? அதனாலேயே பிரிவதைப் பற்றி வருந்துகிறானோ? ச்சச்ச... இருக்காது... அவனுக்கு அப்படி ஒரு எண்ணம் இருக்காது... ஒருவேளை இருந்துவிட்டால்?" மனது அடித்துக்கொண்டது.

இதற்குமுன் நடந்த விஷயங்களையெல்லாம் நினைத்துப்பார்த்தாள். அவன் நடந்துகொண்டதில் தெரிந்த வித்யாசம் நன்றாகவே புரிந்தது.

அவன் பார்வையில் தெரிந்த மாறுதல், அவன் சொன்ன சில வசனங்கள், அவ்வப்போது வரும் தயக்கம், என அனைத்தையும் யோசிக்கும்போது நன்றாகவே புரிந்தது.

"வேண்டாம். தன்னைப் பற்றி தெரிந்தும் அவனின் வாழ்க்கையை சீரழிக்கக்கூடாது" மனம் அதன் போக்கில் யோசித்துக்கொண்டிருந்தது.

பழைய ஞாபகங்களால் உறங்கமுடியாமல் இருந்தவள், இப்போது அவனால் தூங்கமுடியாமல் யோசித்துக்கொண்டேயிருந்தாள்!!

....

(4)

"**மே**டம்... அவரும் உங்க கிட்ட சொல்லல. நீங்களும் சொல்லல. போங்க மேடம்..." வருத்தத்துடன் சொன்ன மங்கையைப் பார்த்து எப்பொழுதும் போல் சிரித்தாள் மிதுலா!!

மிதுலா மங்கையின் வருத்தத்தைப் பார்த்து புன்னகைத்துக்கொண்டே "எல்லாமே சொல்லித்தான் தெரியணும்ன்னு இல்ல மங்கை. சொல்லாமலே ஒருத்தர

ஒருத்தர் புரிஞ்சுட்டோம்" என புன்னகையுடன், மிதுலா விட்ட இடத்தில் இருந்து சொல்ல ஆரம்பித்தாள்.

....

அடுத்தநாள் சக்தி தெளிவாக இருந்தாலும், மிதுலாவின் முகம் சற்று கலங்கியே இருந்தது. அவளுக்குள்ளும், அவனுக்குத் தோன்றிய அதே எண்ணங்கள் தோன்றியிருக்கும் என நினைக்கவில்லை அவன்.

முன்பு அவன் தயங்கினான்; வண்டியில் அவளை ஏற்ற... இப்போது அவளுக்குத் தயக்கம்; வண்டியில் ஏற.

இருந்தும் எதையும் காட்டிக்கொள்ளாமல் ஏறி உட்கார்ந்துகொள்ள, வண்டியை எடுத்தான் எப்பொழுதும்போல் கண்ணாடியை சரி செய்யாமலேயே. பழகிக்கொள்ளவேண்டும் என்று!!

இதுவரை அவன் மாறுதல்களை பெரிதாக எடுத்துக்கொள்ளாமல் இருந்தவள் இப்போது அதைக் கவனிக்க எண்ணி, கண்ணாடி வழியே அவனை எட்டி எட்டிப் பார்த்துக்கொண்டிருந்தாள். அவனைப் படிக்க.

ஆனால் அவனோ, 'எங்கே தன் முகம் தன் எண்ணங்களை அவளுக்கு காட்டிவிடுமோ... அதனால் தன்னை விட்டு, செய்ய நினைத்ததையெல்லாம் விட்டுவிட்டுச் சென்று விடுவாளோ...' என்று பயத்தில் அவளைப் பார்ப்பதை முற்றிலும் தவிர்த்தான்.

ஒருவழியாக டேகேர் வந்துவிட, அவன் அவளைப் பாராமல் சொல்லிக்கொண்டு கிளம்பிவிட்டான்.

அவன் பட்டும் படாமல் பேசுவது ஏனோ மிகவும் கஷ்டமாக இருந்தது மிதுலாவிற்கு.

'கண்டிப்பாக தான் செல்வதால் தான் இந்த மாற்றம்' என்று புரிந்தது. ஒருவேளை அவனை விட்டு கொஞ்ச நாள் பிரிந்து சென்றால் அவன் அதை பழகிக்கொள்வான் என்று என்னென்னவோ நினைத்தாள்.

அன்று மதியம் அவளை அழைத்துச்செல்ல வந்தவன், ப்ரியாவுடன் நன்றாகப் பேசுவதைப் பார்த்தாள். தன்னிடம் காலையில் இருந்து சரியாக பேசவில்லை... ஆனால் இப்போது

பேசமுடிகிறதோ... என்று கோபம் வேறு அவன்மேல் கொண்டாள்.

அவளை வீட்டிற்கு அழைத்துவந்தவன், அவள் பார்த்துவைத்திருந்த யூனிவர்சிடியின் டீடெயில்ஸ் எடுத்து வந்திருந்தான்.

"மிது... யூனிவர்சிட்டி'ல அட்மிஷன் ஓபன் ஆயிருக்கு. நெக்ஸ்ட் மந்த்ல ஒரு பேட்ச் ஆரம்பிக்கறாங்க. ஒரு வருஷம்... சீக்கரம் அப்ளை பண்ணிடலாம்" என்றவன்

"நம்ம NGO'வுக்கு லண்டன்'ல இருந்து நிதி உதவி பண்றவங்கள காண்டாக்ட் பண்ணேன். நல்ல யூனிவர்சிட்டி'ன்னு சொன்னாங்க. ஆனா காலேஜ் ஹாஸ்டல்ல இடம் கிடைக்கறது கஷ்டமாம்."

"அவங்கள வெச்சே ஒரு மேன்ஷன்'ல தங்கறதுக்கு ஏற்பாடு பண்ணிட்டேன். அவங்க, நீ அங்கப்போய் இறங்குறதுல இருந்து பார்த்துக்கறோம்ன்னு சொல்லிட்டாங்க" என்று நிறுத்த, அவன் பேசுவதையே பார்த்திருந்தாள் மிதுலா.

அவள் தலையில் செல்லமாகக் குட்டியவன் "இனி அப்ளை பண்ணவேண்டியதுதான் பாக்கி. அத முடிச்சுட்டா... மிது படிக்க பறந்துடலாம்" அவள் கண்களை பார்க்க, ஏனோ வலித்தது அவனுக்கு. தன்னை விட்டுச் செல்கிறாள் என்ற வருத்தம்.

தனக்கு விருப்பமானது எதுவோ தன்னைவிட்டுச் செல்வதுபோல் வலி. நிற்க முடியவில்லை.

"மிது... ஒரு அஞ்சு நிமிஷம். வந்துடறேன்" என்று அங்கிருந்து நகர்ந்தான்.

'சொல்லமட்டுமே செய்தேன் இங்கு படிக்கவேண்டுமென... அதற்குள் அனைத்தையும் முடித்துவிட்டு வந்து நிற்கிறான்..."

'தனக்காக ஒன்றொன்றையும், பார்த்த நாள் முதல் பார்த்துப் பார்த்து செய்கிறான்... இவனைப் போல் ஒருவன் வாழ்க்கையில் வந்ததற்கு என்ன தவம் செய்தேனோ....' அவளின் மனம் அவன் பின்னால் ஓடியது.

அதைப் பிடித்து வைத்தவள் 'அவன் உன் வாழ்க்கையில் இருப்பது உனக்கு கிடைத்த வரம். ஆனால் உன்னைப் போல்

ஒரு பெண்ணை அவன் வாழ்க்கையில் இணைத்துக்கொண்டால் அது அவனுக்குச் சாபம்'

'போதும். அவன் நன்றாக இருக்கவேண்டும்' என தனக்குத்தானே கடிவாளமிட்டுக் கொண்டாள் அவன் பின்னே மனம் செல்லக்கூடாது என்று.

பல்கலைக்கழகத்தில் விண்ணப்பித்து, அவளின் விண்ணப்பம் ஏற்றுக்கொள்ளப்பட்டது. இன்னும் ஒரு வாரத்தில் அவள் பயணிக்கப் போகிறாள். இருவரின் மனமும் ஒரே சிந்தனையில் கனத்தது.

முன்பு அவள் பார்க்காதபோது அவளைப் பார்த்தான் அவன். இப்போது அவளின் முறை ஆயிற்று. அவனின் ஒவ்வொரு செயல்பாடுகளையும் மனதில் ஏற்றிக்கொண்டாள்.

இருவரும் அவளுக்குத் தேவையான உடை மற்றும் சில பொருட்களை வாங்கச் சென்றிருந்தனர்.

அந்தத் துணிக்கடையில் அவளுக்கு உடைகள் எடுக்கும்போது, அவனுடன் பணிபுரியும் பெண்ணை அங்கே பார்க்க, மிதுலாவிடம் சொல்லிவிட்டு பேசச்சென்றான்.

அங்கிருந்த ஒரு டேபிள் மேல் சாய்ந்துகொண்டு அவன் அவளுடன் பேசிக்கொண்டிருக்க, மிதுலா உடைகளைப் பார்த்துக்கொண்டிருந்தாள்.

அவ்வப்போது அவனையும் பார்க்க, அவனின் அந்த சிரித்த முகம்... 'ஏன் தன்னிடம் சில நாட்களாக இப்படி மனம்விட்டு சிரித்துப் பேசாமல் இருக்கிறான்' என்று வருந்தினாள்.

முதல் முறை இத்தனை நாட்களில்... ஏன் வருடங்களில்... இல்லை முதல் முறை என்று கூட சொல்லலாம்... ஒரு ஆண்மகனை ரசிப்பது. கடந்து வந்த நாட்கள், ஆண்மகன்களை ரசிக்கும் போக்கில் பார்க்கவிடவில்லை. ஆனால் இன்று ஆராய ஆரம்பித்தாள்!

அளவான உயரம்... சற்று கூடுதலான மாநிறம். தீர்க்கமான, யாரையும் நேர்ப்பார்வை பார்க்கும் கண்கள்... ஆனால் மற்றவர்களை வசீகரிக்கும் பார்வை... சிரித்தால் அழகாக கன்னத்தில் விழும் சின்ன குழி... அவன் நிறத்தைவிட சற்றே

கூடுதல் நிறத்துடன் வளர்ந்த மீசை... சிலநாள் வெட்டப்படாமல் முகவாயை மறைத்த தாடி... சீராக வாரப்பட்ட அடர்த்தியான சிகை... பார்ப்பதற்கு அக்மார்க் தமிழ்மகன் போல இருந்தான்.

தலைசாய்த்து அவனை ரசித்தாள்... ஒரு ஏக்கப்பார்வையுடன்... எட்டாக்கனியை பார்ப்பதுபோல்.

பேசிக்கொண்டிருந்த பெண்ணோ, பார்க்க அவ்வளவு லட்சணமாக இருந்தாள். உயர்தட்டுப் பெண் போல தோற்றம். இப்படிப்பட்ட பெண்களுடன் நட்பு கொண்டவன், தன்னைப்போல் ஒருத்தியிடம் அக்கறையாக இருப்பதை நினைத்து மனது அவனை மெச்சினாலும் தன்னை நினைத்து வெட்கிப்போனாள்.

என்னதான் தகுதியை உயர்த்திக்கொண்டாலும், தன் இழுக்கான கடந்தகாலம் தன்னை அவனிடம் இருந்து பிரித்துக்கொள்ள நினைத்தது.

ஆசைகள் சுமந்த இதயத்தைத் தானே கத்தியால் கிழித்துக்கொண்ட உணர்வு. இதுவரை அனுபவிக்காத வலி. உடலில் அல்ல. குத்தப்பட்ட இதயத்தில்.

அவள் தன்னைப் பார்ப்பதை உணர்ந்தவன், அவள் முகம் மாறுபடுவதைப் பார்த்து, பேசிக்கொண்டிருந்தவளிடம் சொல்லிக்கொண்டு மிதுலாவிடம் வந்தான்.

கண்கள் லேசாக கலங்கியிருந்தன. "மிது... என்ன ஆச்சு?" பதட்டத்துடன் வந்தன அவன் வார்த்தைகள். "கிளம்பலாம் சக்தி" என்றாள் அவன் முகம் பாராமல். அங்கிருந்தும் வெளியே சென்றுவிட்டாள் எடுத்துவைத்த துணி எதையும் எடுக்காமல்.

சிலநிமிடங்கள் கழித்து வெளியே வந்தான் சக்தி.

அவள் வெளியே வானத்தை வெறித்து பார்த்து கண்கலங்கி நிற்க, அந்த கோலம் அவனை வெகுவாக வருத்தியது. ஓடிச்சென்று, அவளை ஆரத்தழுவி "நான் இருக்கிறேன். எதற்காக வருந்துகிறாய்" என்று சொல்ல மனம் ஏங்கியது.

அவள் அருகே சென்றான். கைகள் துடித்தன. முன்புபோல் இருந்திருந்தால் யோசித்திருக்க மாட்டான். ஆனால் இப்போது, அவள் தன் மனதில் இருக்கும்போது, தன் ஒவ்வொரு செயலையும் யோசித்தே செய்தான்.

அவனையே கட்டுப்படுத்திக்கொண்டு "மிது..." என்றழைக்க "போலாமா சக்தி. பைக் இங்க எடுத்துட்டு வர்றியா? இல்ல பார்க்கிங் போலாமா?" அவனைப் பாராமல் எங்கோ அலைபாய்ந்த கண்களுடன் அவள் கேட்க, அது இன்னமும் அவனை நோகடித்தது.

"நீ இரு மிது" என்றவனின் கால்கள் பரபரத்தன. கைகளில் நடுக்கம். அவசரமாக ஓடிச்சென்று வண்டியை எடுத்தான். அவள் முன் வந்து நிற்க, எதுவும் பேசாமல் ஏறிக்கொண்டாள்.

அவள் பேசவேயில்லை. அவனும் பேசவில்லை. அடுத்த நாள், ஏனோ மனம் சரியில்லாததால் வீட்டிலேயே இருந்துகொண்டாள்.

மதியம் வீட்டிற்கு வந்தவனின் கைகளில் துணிப்பை. அவள் அவனைப் பார்க்க "நேத்து எடுத்துட்டு, வாங்காம வந்துட்ட. அதுதான்" என்று அதை அவளருகே வைத்துவிட்டு அவன் வீட்டிற்குச் சென்றான்.

அவனுக்கும் எங்கே அவளிடம் மனம்விட்டு பேசினால், தவறாகிவிடுமோ... என்று எண்ணி தள்ளியே இருந்தான்.

அவனின் ஒவ்வொரு செய்கையும் அவளை வெகுவாக தாக்கியது. விடவும் முடியாமல், ஏற்றுக்கொள்ளவும் முடியாமல் தவித்தாள். அதே நிலை தான் சக்திக்கும்.

ஒரு வாரம் ஓடியது. அவள் செல்லும்நாள் வந்தது. இருவரும் ஒரே மனநிலையில் இருந்தனர். அவர்களின் மனதில் இருப்பதை தெரியப்படுத்த முடியாமல், தற்காலிகமாகப் பிரிந்தனர்.

மிதுலாவின் அடுத்த பயணம் ஆரம்பித்தது!!!

....

"**போ**ங்க மேடம். ரெண்டு பேரும் எப்போ தான் மனசுல இருக்கிறத சொல்லுவீங்க" மங்கை சலித்துக்கொள்ள, "சிலவிஷயங்கள் சொல்லாமல் இருக்கிறதே நல்லதுன்னு நினச்சேன் மங்கை" என்றாள் பதிலுக்கு. முகம் வெறுமையை பூசிக்கொண்டது.

❑

6

இளகிய இளஞ்சிவப்பு

மிதுலா சொன்னது புரியாமல் மங்கையும், ஆதவனும் பார்க்க, மிதுலா தன் வாழ்க்கையின் இளகிய, மென்மையான, அழகான, காதல் பக்கங்களைப் புரட்ட ஆரம்பித்தாள்.

....

மிதுலா, வந்திறங்கியதும், சக்தி ஏற்பாடு செய்திருந்தவர் அவளை அழைத்துச் சென்றார்.

மேன்ஷனை அடைந்தவுடன் சக்திக்கு அழைத்தாள்.

"சக்தி...நா... வந்துட்டேன்" குரல் தத்தளித்தது. "மிது... நான் சொல்லியிருந்தவரு கரெக்ட்டா வந்துட்டாரா? எல்லாம் ஓகே தானே?" இத்தனை நாள் பக்கத்தில் கேட்ட குரல், இப்போது வெகு தொலைவில் கேட்பது போல் இருந்தது. கண்கள் கலங்கின அவளுக்கு.

அவளிடம் பதில் வராமல் போக "மிதுஉஉ" சத்தமாக கூப்பிட "ஆன்... சொல்லு சக்தி..." என்றாள் எதுவும் காதில் செல்லாததது போல்.

"மிது... ஆர் யு ஆல்ரைட்? ஏதாச்சும் பிரச்சினையா" அவள் குரலின் மாற்றத்தை வைத்து அவன் பதட்டத்துடன் கேட்க, அவனின் இந்த அக்கறையில், எங்கே அழுதுவிடுவோமோ என்று தன்னை கட்டுப்படுத்திக்கொண்டு "எல்லாம் ஓகே சக்தி... ஏதாச்சும்ன்னா சொல்றேன்" என்றாள்.

அவளின் குரலே சொன்னது அவள் சரியில்லை என்று. "மிது... ஒரு நிமிஷம் திரும்ப கூப்பிடறேன்" என்று சொல்லி வைத்தவன், மறுபடியும் அழைத்தான். இம்முறை வீடியோ காலில்.

தன் நிலைமையை புரிந்துகொண்டு அழைக்கிறான் என்று தெரிந்துகொண்டவள் முகத்தை அழுந்தத் துடைத்துக்கொண்டு, பச்சை பட்டனை அழுத்தினாள்.

அவன் முகம்...

"மிது... என்னாச்சு... எதை நினைச்சும் கவலைப்படாத..." என்று நிறுத்தியவன் "நீ தைரியமா இருக்கனும்... ஆனா... நான்... எனக்கு தான்... தெரில... முழுசா ரெண்டு நாள் ஆகல... கஷ்டமா இருக்கு... ஏதோ ரொம்ப நாள் உன்னைப் பாக்காத மாதிரி..." வார்த்தைகள் கோர்வையாக வராமல், அவளுக்கு சமாதானம் சொல்ல அழைத்தவன், அவன் புலம்ப ஆரம்பித்தான்.

அவளுக்கு என்ன சொல்வதென்றே தெரியவில்லை. தானும் புலம்பினால் சரிவராது என்று "சக்தி... கொஞ்ச நாள் தான்... சீக்கிரம் வந்துடறேன்" என சொல்ல

"எனக்கு இங்க இருக்கவே... பிடிக்கல... எப்படி இருக்கப் போறேனோ... நான் பெங்களூருக்கே போறேன். இங்க இருந்தா ஒரே ஞாபகம்... முடியலை" என சிறுபிள்ளைபோல் புலம்பினான்.

"ஹ்ம்ம்... சரி சக்தி..." என நிறுத்தியவள், தன் கட்டுப்பாடுகளையெல்லாம் மீறி, அவன் முகம் பாராமல் "ஐ மிஸ் யு சோ மச்" என்றாள் சன்னமான குரலில்.

அவள் சொன்னதிற்கு சந்தோஷப்படுவதா... இல்லை வேதனைப்படுவதா? முதலில் குழம்பினாலும், தன்னைப் போல் அவளும் பிரிவை நினைத்து வருந்துகிறாள் என்ற எண்ணமே அவனை சந்தோஷப்படுத்தியது.

"ஒரு வருஷம் தான் மிது... சீக்கிரம் ஓடிடும்" அவள் தந்த அதே சமாதானத்தை அவளிடம் திருப்பினான். ஆனால் அவளின் இந்த புதிய பரிமாணம், அவன் மனதில் 'எப்படியும் தன்னை அவள் ஏற்றுக்கொள்வாள்' என்ற நம்பிக்கையைத் தந்தது...

கொஞ்ச நேரம் மௌனமாக கழிய... பின் மனமே இல்லாமல் சக்தி "சரி மிது. அலுப்பா இருக்கும். நீ ரெஸ்ட் எடு. ஒழுங்கா மருந்து எடுத்துக்கோ. நல்லா தூங்கணும்... தூக்கம் வரலைனா எப்போனாலும் என்ன கூப்பிடு. சரியா?"

"ஹ்ம்ம்" என்றாள் தலையை மட்டும் மேலும் கீழும் ஆட்டி. புன்னகையுடன் அழைப்பைத் துண்டித்தான்.

மாதங்கள் தன் போக்கில் உருண்டன. தினமும் அவளின் காலைப் பொழுதை அவன் ஆரம்பித்துவைப்பான்... சரியாக மதியம் பனிரெண்டு மணி இந்திய நேரப்படி. அவன் உறங்கச்செல்வது அவளின் முகத்தைப் பார்த்தபின்...

முன்புபோல் அவன் பேச்சில் பெரிதாக வித்தியாசம் தெரியவில்லை அவளுக்கு. தான் இல்லாத வாழ்க்கையை பழகிக்கொண்டான் என்று அவள் நினைத்தாள். அந்த எண்ணம் மிகவும் வலித்தது... இருந்தும் எதையும் அவனிடம் காட்டிக்கொள்ளவில்லை.

இப்படியிருக்க, ஒரு நாள் இருவரும் பேசிக்கொண்டிருக்கையில், பிரிவின் தாக்கம் அதிகமாக, வேண்டாம் என நினைத்தாலும் அவனையும் மீறி அவளிடம் தன் மனதை பட்டும் படாமலும் சொல்லிவிட்டான்...

"சக்தி... இன்னைக்கு இங்க என் காலேஜ் ஃபிரன்ட் கல்யாணம். போயிட்டு வந்தேன். ரொம்ப வருஷம் கழிச்சு ஒரு கிறிஸ்டியன் வெட்டிங் பாத்தேன்... சூப்பர்ரா இருந்துச்சு" எப்பொழுதும் போல் அன்றைய நிகழ்வுகளைச் சொன்னாள். அவன் 'ஹ்ம்ம்' கொட்டிக்கொண்டு இருந்தான்.

"அப்பறம் சக்தி... தமிழ், ஜூலியை பத்தி விசாரிச்சியா? எல்லாம் ஓகே தானே" அதற்கும் ஹ்ம்ம் என்ற பதிலே அவனிடம்.

"ஹாசினி குட்டி எப்படி இருக்கா... மத்த குட்டிஸ்லாம் எப்படி இருக்காங்க... ரொம்ப மிஸ் பண்றேன் அவங்கள..." முகத்தில் சின்ன கவலை... அதற்கும் அவனிடம் ஹ்ம்ம் மட்டுமே.

"இந்த கோர்ஸ் ரொம்ப நல்லாயிருக்கு இருக்கு சக்தி. கண்டிப்பா நம்ம நடத்தப்போற டேகேர்'ல நிறைய மாற்றம் கொண்டு வரலாம். அப்பா ஆசைப்பட்டது போல ஆதரவு தேவைப்படுற குழந்தைகளுக்கு உதவலாம் சக்தி... அவங்களுக்கு நல்ல ஆரம்பக்கல்வி குடுக்கலாம்..."

"ஹ்ம்ம்..." என்றான்... அது வாய்ஸ் கால் என்பதால், அவனின் முகவாட்டத்தைப் பார்க்க முடியவில்லை, ஆனால் அவன் பதில் அதை நன்றாக காட்டியது அவளுக்கு. "சக்தி... என்னாச்சு" ஆதரவாக கேட்க, சில நொடி மௌனத்துக்கு பின், கரகரத்த குரலுடன்...

"மிது... நீ சொல்றதெல்லாம் செய்யலாம்... சீக்கிரம் வா மிது... என்னால முடியல. உன்னை பாக்கறதுக்கு முன்னாடி தனியா தான் இருந்தேன், ஆனா அது என்னை பெருசா பாதிக்கல. ஆனா... இப்போ... இந்த தனிமை என்ன கொல்லுது..."

"நீ சொல்ற மாதிரி எல்லாமே நம்ம செய்யலாம்... ஜோசப் ஸார் கேத்தி மேடம் மாதிரி... தமிழ் ஸார் ஜூலி ஆண்ட்டி மாதிரி... ஆனா அப்பப்போ, எங்க என் அம்மா மாதிரி எனக்கு தனி வாழ்க்கை தானோன்னு அடிக்கடிதோணுது..."

"அவங்களுக்கு நான் இருந்தேன்... ஆனா... நான் ... எனக்கு... யாருமேயில்லை... சீக்கிரம் வா மிது" என்றான் கலங்கிய கண்களுடன், வலித்த மனதுடன், என்ன பேசினோம் என்று உணராமலேயே.

அதைக்கேட்ட மிதுலாவிற்கு சப்தநாடியும் அடங்கியது.

நான் உன்னைக் காதலிக்கிறேன். நீயும் என்னை விரும்புவாயா? என்ற வசனம் பேசினால் தான் அது காதலா? இதுபோதாது அவன் மனதை அவளுக்குச் சொல்ல?

எது அவன் வாழ்வில் நடக்கக்கூடாது என்று நினைத்தாளோ அதுவே நடந்தேறியது.

அவன் பேசிவிட்டு சில நொடிகள் மௌனமாக இருக்க, எந்தப் பதிலும் சொல்லாமல் அழைப்பைத் துண்டித்தாள்.

தன் பேச்சின் தீவிரத்தை உணர்ந்த சக்தி, அவனையே திட்டிக்கொண்டு அவளை அழைத்தான். சுவிட்ச் அஃப் என்றது.

மிதுலாவோ, அவன் மனதில் ஏற்பட்ட தாக்கத்தை நினைத்து மருண்டாள். அது அவனுக்கு நல்லதில்லை. தான் ஒரு சரியான தேர்வு இல்லை. அவனுக்கு நல்ல வாழ்க்கை, நல்ல பெண்ணுடன் அமையவேண்டும். காலம் பார்த்துக்கொள்ளும்.

இதற்கு ஒரே வழி, இனி அவனிடம் பேசுவதைக் குறைத்துக்கொள்ளவேண்டும். இருவரும் பேசப்பேச, அது தேவையில்லாமல், அவன் மனதில் தேவையில்லாத எண்ணங்களை விளைவிக்கும். விலகி இருப்பதே நல்லது.

'ஆனால் அது தன்னால் முடியுமா?' என்ற கேள்வியும் எழுந்தது அவளுள். தன்னால் முடியுமோ இல்லையோ, சக்தியின் நல்வாழ்க்கையை கருதி இதை செய்தாகவேண்டும் என முடிவெடுத்தாள்.

அடுத்த சில நாட்கள், அவன் அழைப்பு வந்தால் எடுக்காமல் தவிர்த்தாள். அவனிடம் பேசாதது அழுகை முட்டிக்கொண்டு வந்தது.

தனக்கு கடவுள் கஷ்டத்தை மட்டும் கொடுக்கிறாரே...? என்ன பாவம் செய்தோம்... ? அவனை மறக்க வேண்டும் என்று நினைத்தால் கனவில் வருகிறான்.

அதுபோதாது என்று, கதைகளிலும் படங்களிலும் வருவதுபோல், தன் முன்னே அவன் நிற்பது போலவும், 'உன்னைப் பார்க்கத்தான் வந்தேன்' என்று சொல்வதுபோல பிரமை வேறு.

முதலில் 'நிஜமாக தன்னைப் பார்க்க வந்துவிட்டானோ?' என்று ஏமாற்றமடைந்திருக்கிறாள். பின் அது சகஜமானது.

தினமும் அவன் குரலில் நாட்கள் தொடங்குவது என பழக்கமாகியிருந்தது. இப்போது அது இல்லாதது மறுபடியும் வாழ்வில் வெறுமை சூழ்ந்தது போல உணர்வு. இரவில் சில நாள் தூக்கம் வராமல் தவித்தாள்.

நாட்கள் ஓடின. முதலில் அவளை அழைத்தவன், போகப்போக அழைப்பதை நிறுத்திவிட்டான். 'ஒருவேளை மறந்துவிட்டானோ?' என்று எண்ணும்போது, இதயம் சுக்குநூறாகிப்போனது. கதறி அழுதாள்.

இருப்பினும், 'அது அவனுக்கு நல்லது' என்று மனதை தேற்றிக்கொண்டாள்.

அப்படியிருக்க, ஒரு நாள் காலை அவள் எழுந்து முகப்பிற்கு வர, அங்கே சுவற்றில் சாய்ந்து நிற்பது போல் அவனின் பிம்பம்.

“அடப்போடா. சும்மா காலங்காத்தால வந்துட்டு. பார்வையை பாரு. அப்படியே ஆள இழுக்கிற மாதிரி. பெரிய காதல் மன்னன்னு நினைப்பு” சத்தமாக புலம்பிவிட்டு சமையலறைக்குள் செல்ல எத்தனிக்க, மறுபடியும் திரும்பிப்பார்த்தாள் நிஜமாக வந்திருப்பானோ என நினைத்து.

அவன் அங்கு இல்லை. “இம்சை பண்றானே. மறக்கணும்ன்னு நினைச்சாலும் படுத்தறான். போன் பண்ண மாட்டாராம்... ஆனா தினமும் முன்ன வந்து நிப்பாராம்” என சொல்லிக்கொண்டே சமையலறைக்குள் நுழைந்தாள்.

சூடாக காஃபி போட்டு குடிக்க வாயருகே எடுத்துச்செல்லும்போது "எனக்கு இல்லையா மிது???" என்ற அவனின் காதல் சொட்டும் குரல் பக்கத்தில் கேட்டதில் தூக்கி வாரிப்போட்டது. கப்பை இறுக்கப் பிடித்துக்கொண்டு மேடைமேல் வைத்தாள்.

திரும்பிப் பார்க்கவில்லை. நிஜமா? இல்லை கற்பனையா? அவளால் யூகிக்கமுடியவில்லை. ஆனால் இத்தனை நாள் தொலைவில், போனில் கேட்ட குரல், இன்று மிக அருகில் கேட்டது.

திரும்ப வேண்டும். அவன் குரலை காதால் கேட்டு, அவனின் முகத்தை கண்களில் நிரப்பிக்கொள்ளவேண்டும். மறுபடியும் அழைத்தான் "மீது..."

அவளால் முடியவில்லை. திரும்பினாள். அவளையே பார்த்தபடி அவன். அவளும் பார்த்தாள். கண்கள் கலங்கின. உதட்டைக் கடித்து அதை வரவிடாமல் தடுக்க, அவள் கண்மணிகள் அவனைப்பார்த்து அலை பாய்ந்தன.

அவளின் தவிப்பைப் பார்த்தவன், தாமதிக்காமல் அவளைத் தழுவிக்கொண்டான். அவள் தடுக்கவில்லை. அவனின் மார்பில் ஒண்டினாள். கண்களில் இருந்து கண்ணீர் விடுபட்டது. இருவருக்கும்!!!

....

(2)

கேட்டுக்கொண்டிருந்த மங்கையின் கண்கள் சந்தோஷத்தில் கலங்கியது. மிதுலா அவள் அன்று எப்படி உணர்ந்தாலோ, அதே நிலைமையில் இருந்தாள் இப்பொழுதும். ஆனந்தம் கலந்த ஆனந்தக் கண்ணீர்!!!

இருவரும் அவளையே பார்க்க, மிதுலா, அவர்கள் பார்ப்பதின் பொருளை புரிந்துகொண்டாள். அவளே நடந்ததைப் புரட்ட ஆரம்பித்தாள்.

....

திடீரென ஏதோ நினைவிற்கு வர அவனிடம் இருந்து விலகியவள், "இதுக்கு தான் நீ கொஞ்ச நாளா கூப்பிடலையா?" இடுப்பில் கைவைத்துக்கொண்டு முறைக்க, புன்னகையுடன் “ஆம்” என்றான்.

"நீ போன் பண்ணலன்னு கோபமா இருந்தேன்" முறைத்துக்கொண்டு அவள் சொல்ல "அதான் பாத்தேனே. நீ கோபமா இருக்கேன்னு" என்றான் இதழோரம் புன்னகையுடன். அவள் சற்றுமுன் புலம்பியதை மனதில்வைத்து சொன்னான்.

'அனைத்தையும் கேட்டுவிட்டானோ' நாக்கைக் கடித்து தலையில் அடித்துக்கொள்ள, "போன் பண்ணா எடுக்கமாட்டாங்களாம். ஆனா பண்ணலன்னு மட்டும் கோபம் வருமாம்" 'என்ன நியாயம் இது' என்பது போல் பார்த்தான்.

"அது... வந்து... ஆமா... நான் எடுக்கலனாலும் நீ போன் பண்ணனும். தனியா இருக்கேனேன்னு தோணுச்சா" விடாமல் வாய்க்குவந்ததை அவள் பேச...

"நானும் அங்க தனியாத்தானே இருந்தேன். ஆனா நீ போன் அட்டென்ட் பண்ணவே இல்ல" வருத்தத்துடன் அவன் சொல்ல, அன்று அவன் பேசியது அனைத்தும் நினைவிற்கு வந்தது.

'இனி அவன் மனதில் இந்த மாதிரி நினைப்பு வரக்கூடாது என்று தானே பேசாமல் இருந்தேன். இது என்ன... அவன் வந்ததும் நானே போய் விழுகிறேன். பாவி மனம்' என்று மனதை திட்டினாள்.

அவள் பதில் பேசாமல் எதையோ யோசிக்கிறாள். இன்னமும் யோசிக்கவிட்டால் பிரச்சினை என்றுணர்ந்தவன் "கொஞ்சம் காஃபி கிடைக்குமா? ட்ராவல் பண்ணதுல ஒரே தலவலி" அவளின் சிந்தனை ஓட்டத்தைத் தடைசெய்தான்.

அவன் நினைத்தது வேலை செய்தது. அவள் அந்தச் சிந்தனையில் இருந்து விடுபட்டு.... "இரு... ரெண்டு நிமிஷம்" என்று பரபரப்பாக போட ஆரம்பித்தாள். சில நாட்களாக பேசாததை, சேர்த்து வைத்து இருவரும் வாயாடிக்கொண்டிருந்தனர்.

"இவளோ செலவு பண்ணி வரணுமா சக்தி? கஷ்டப்பட்டுச் சம்பாரிச்ச பணத்தை எதுக்கு வேஸ்ட் பண்ணனும்" 'உன்னை பார்க்கத்தான் இவ்வளவும்' என்று அவன் சொல்லும் வார்த்தைகளைக் காது குளிர கேட்கவேண்டும் என்ற ஆசையில் கேட்டாள் அவனிடம்.

அவள் அருகில் வந்தமர்த்தவன், அவள் கையை எடுத்து விரல்களுக்கு சொடுக்கெடுத்தபடியே...

"ப்ச். பணம் எப்போ வேணும்னாலும் சம்பாதிச்சுக்கலாம்... உன்னை பார்க்க முடியாம, உன்கூட பேச முடியாம... மரண வலி மிது... எங்க உன்னை பாக்காமலேயே, மனசு அழுத்தமாகி போய் சேர்ந்துடுவேனோ..." அவன் முடிக்கும் அவன் வாயை பேசவிடாமல் கைகளால் மறித்தாள்.

முகத்தை இடமும் வலுமாக ஆட்டினாள் 'இப்படிப் பேசக்கூடாது' என்பது போல்.

திடீரென மௌனம் நிலவியது. கண்கள் பேசிக்கொள்ளும் இடத்தில் வாய் வார்த்தைகளுக்கு என்ன வேலை? அவள் கண்களில் காதலை நேராகக் கண்டான்.

இருவரும் காதலில் திளைத்திருக்கும் வேளையில், அழைப்பு மணிச் சத்தத்தில், "அச்சச்சோ, யாரோ வந்துருக்காங்க..." என்று அவன் பார்வையில் இருந்து தப்பித்து கதவின் பக்கம் ஓடினாள்.

அங்கே அவளை முதல் நாள் ஏர்போர்ட்டிலிருந்து அழைத்துவந்தவர், வந்திருந்தார் சக்தி வருவதை அறிந்து.

அவரை வரவேற்று உள்ளே அழைத்தாள் மிதுலா. பின் மூவரும் கொஞ்ச நேரம் பேசிவிட்டு, அவரிடம் சக்தி தான் இன்னும் மூன்று நாளில் கிளம்புவதாகச் சொன்னான்.

மிதுலாவின் முகவாட்டம் அப்பட்டமாகத் தெரிந்தது. அதைக் காட்டிக்கொள்ள மனமில்லாமல் உள்ளே சென்றாள்.

வந்திருந்தவர் சென்றவுடன், அவளின் முகவாட்டத்தைப் புரிந்துகொண்டு அவளை கிளப்பி வெளியே அழைத்துச்சென்றான். இருவரும் ரயிலில் பயணித்துக்கொண்டிருந்தனர்.

அவள் படிப்பதைப் பற்றி வெகு நேரம் அவனிடம் பேசினாள். அதுவெல்லாம் அவன் காதுகளை அடைந்ததா...? தெரியவில்லை... அவளையே பார்த்திருந்தான்.

தலையை ஆட்டி ஆட்டி அவள் பேசும்போது, அதனுடன் அசையும் பின்னப்படாத கூந்தல்... அவ்வப்போது அது காற்றில் பறப்பதை அவள் கைகளுக்குள் கொண்டுவருவது. கொஞ்சிக் கொஞ்சி பேசும் இதழ்கள், அதை வழிமொழியும் காந்தக் கண்கள்... கொஞ்சமே கொஞ்சம் பூசினாற்போல இருக்கும் கன்னங்கள் என அவளை முற்றிலுமாக ரசித்துக்கொண்டிருந்தேன்.

பயணச்சீட்டை சரிபார்க்க வந்தவரிடம் அவள் அதைக் காட்டிவிட்டுத் திரும்புகையில், பக்கவாட்டில் ஒரு ஜோடி, இதழ்களால் இணைந்திருப்பதைப் பார்த்து ஒரு க்ஷணம் அவளையும், சக்தியையும் நினைத்துப்பார்த்தாள்.

திடீரென கன்னத்தில் யாரோ இதழை ஒற்றி எடுத்ததுபோல் உணர்ந்தவள், சட்டெனத் திரும்பி சக்தியைப் பார்த்தாள். அவன் ஜன்னல் பக்கம் பார்த்திருந்தான்.

இதழ் தொட்டதாக எண்ணிய கன்னத்தைத் தன் தோள்களில் துடைத்துக்கொண்டவள் 'இது கனவா நிகழ்வா? ச்ச... கனவு கண்டு கண்டு, எது நடந்தது எது கனவுன்னு கூட சொல்லமுடியாத நிலைமைல இருக்கேனே' என தலையில் அடித்துக்கொண்டாள்.

இது அனைத்தையும் ஓரக்கண்ணால் சக்தி பார்த்திருந்தான். அவனால் சிரிப்பை அடக்கமுடியவில்லை. அவள் அந்த ஜோடியை பார்த்த நொடி, அவள் முகத்தில் தெரிந்த அந்த மாற்றம்... அதைப் பார்த்ததும்...

அவள் அறியும் முன்... அவள் கன்னத்தில் ஒரு சின்ன முத்தத்தைப் பதித்துவிட்டான்...

அவள் கன்னத்தை மீண்டும் மீண்டும் தொட்டுத் தடவிப் பார்த்தாள்.

'உண்மையாகவே அவன் தந்திருப்பானோ?' அந்த எண்ணமே அவளுக்கு வெட்கப்புன்னகையை தர, 'அவள் என்ன உணர்கிறாள்?' என்பதைத் தெரிந்துகொள்ள நினைத்தவன் "அங்க என்ன இருக்கு? சும்மா துடைச்சுட்டே இருக்க?" கள்ளப்புன்னகையுடன் கேட்டான்.

அவனை 'நம்புவதா? வேண்டாமா?' என யோசித்தாள்.

இருந்தும் அவன் எதுவும் செய்யவில்லை என்றால், தன் மனஓட்டம் அவனுக்கு தெரிந்துவிடும் என்று நினைத்து "ஒன்னுமில்ல. ஏதோ வந்து உக்கார்ந்தமாதிரி இருந்துச்சு" என்று சொல்லிவிட்டுத் தலையை குனிந்துகொண்டாள்.

அவளின் அந்த யோசனையான முகத்தைக் கூட ரசித்தான்.

அதன் பின் இரண்டு நாட்கள் முழுவதும் இருவரும் ஊர் சுற்றினார்கள். நிறைய நிறைய ஆசைதீர பேசினார்கள். ரசிப்பது அவன் வேலை மட்டுமில்லை, 'என்னாலும் முடியும்' என்று அவனின் ஒவ்வொரு அசைவுகளையும் ரசித்தாள்.

'இவனுடன் காலம் முழுக்க இருக்க ஆசை. ஆனால் அது தண்ணீரில் எழுதப்படும் ஆசைபோல' என்பதையும் தனக்குத்தானே சொல்லிக்கொண்டாள்.

'இன்னமும் கொஞ்ச நேரம் தான் இருக்கப்போகிறான்' என்பது அவளுக்கு மிகுந்த சோகத்தைத் தந்தாலும், இங்கே இருப்பது தேவையில்லாமல் மனதை யோசிக்கச்செய்யும் என்று நினைத்தாள்.

அவள் நினைத்ததுபோல் அவனும் அதையே நினைத்திருந்தான். ஆனால் அவளிடம் சொல்லிவிடவேண்டும் என முடிவெடுத்திருந்தான்.

"மிது... உன்கிட்ட பேசணும்... மனசுவிட்டு..." வார்த்தைகளை கஷ்டப்பட்டு கோர்த்து சொன்னதுதான் தாமதம்...

"சக்தி... டைம் ஆச்சு... எவளோ நேரம் சாப்பிடாம இருப்போம்? நான் போய் ஏதாச்சும் ரெடி பண்றேன்" என்று 'அந்த பேச்சை அவன் எடுக்கக்கூடாது' என நினைத்து எழுந்து சென்றுவிட்டாள்.

அவள் பின்னாலேயே அவன் சமையலறைக்கு சென்றான்.

அவள் பின்னல் நின்றுகொண்டு "மிது... உனக்குத் தெரியும் நான் என்ன பேசவரேன்னு. நீ வேணும்னே அவாய்ட் பண்ற. நான் பேசியே ஆகணும்" என்றான் விடாமல் அவனும்.

அவள் பதில்பேசவில்லை. அவளைத் தோள்தொட்டு தன் புறம் திருப்பினான். அவன் முகம் பார்ப்பதைத் தவிர்த்தாள்.

அவளின் முகவாயை திருப்பி தன்னைப் பார்க்கவைத்தவன், "உன் மனசோட பிரதிபலிப்பு... இந்தக் கண்ணு... இது எனக்கு ஆயிரம் விஷயம் சொல்லுது மிது..." அவளின் கண்களை ஊடுருவினான்.

இதுபோல ஒருவனை எப்படி வேண்டாமென சொல்லமுடியும். எதுவும் பேசமுடியவில்லை.

கண்கள் கலங்கின. அவனைப் பார்க்காமல் மூச்சை ஆழஇழுத்து கண்களை மூடிக்கொள்ள, சொட்டு நீர் வெளியே வந்தது.

அதை வரவிடாமல் அவளை அவன் மேல் சாய்த்துக்கொண்டான். சில நொடிகளில், அவன் சட்டையையும் தாண்டி, அவள் கண்ணீர் அவன் இதயத்துடிப்புடன் கலந்தது.

அவனுடைய அணைப்பில் அவனுக்குள் புதைந்துகொண்டாள். அவளை உச்சி நுகர்ந்து, நெற்றியில் முத்தமிட்டான்.

ஒரு ஆணின் முத்தத்தில் இவ்வளவு கண்ணியம் இருக்கும் என்று அன்றே உணர்ந்தாள். முதல் முறை ஒரு ஆணின் தீண்டலில் சிலிர்த்தது அவளில் உடல். சுகமாய் உணர்ந்தாள்.

இந்த அரவணைப்பு ஆயுசுக்கும் கிடைத்தால்? 'அனைத்தையும் மறந்து அவனுடனான வாழ்க்கையை ஏற்றுக்கொள்ளலாமா?' என்ற எண்ணம் முதல் முதலாக மனதில் தோன்றியது...

அனைத்தும் சில நிமிடங்களே... அந்த தீண்டல்... அவளை சுற்றியிருந்த அவன் கைகள்... அந்த நெருக்கம்... எதையெதையோ நினைவுகூர்ந்தது.

பல கசப்பான நினைவுகள், மூடிய கண்களுக்குள் ஓடின. சிலிர்த்த உடல் இப்போது தகித்தது. அவனின் கைகள் தற்போது ஒரு ஆணின் கைகள் என்றே தோன்றியது. உடல் இறுகியது.

அறிவும் மனதும் ஒரே விஷயத்தை அறிவுறுத்தியது...

'இவனுக்கு நான் தகுதியற்றவள் தான். ஒருவேளை எல்லாம் கடந்து, மறந்து, நான் இவனுடன் சேர்ந்தால்... என்னால் இவனுக்கு சந்தோஷம் கிடைக்குமா? மனதளவில் சரி... உடலளவில்? இவன் தொடுகை பல கசப்பான தொடுகைகளை நினைவூட்டுகிறதே?' என நினைக்கும்போது அவளுக்குப் புரிந்துவிட்டது...

அவ்வளவு தான்... சட்டென அவனிடம் இருந்து விலகினாள். அவன் முகத்தைப் பார்ப்பதை தவிர்த்து...

"வேணாம் சக்தி... நான் வேணாம்" என்று மட்டுமே சொல்லிவிட்டு அவனைக் கடந்து செல்ல நினைக்க, அவன் அவளைத் தடுத்தான். "மிது..." குரலில் அவ்வளவு ஏக்கம்... கண்களில் அவ்வளவு காதல்.

"எனக்கு நீ மட்டும் தான் வேணும். நீ மட்டும் தான் இருக்க" குரல் உடைந்தது. அவன் எதிர்பார்த்ததுதான். எளிதாக அவளைச் சம்மதிக்கவைக்கமுடியாது என்று.

இப்போது அவனின் பரிதவிப்பெல்லாம் அவள் மனதில் எதையெதையோ யோசித்து அவளையே வருத்திக்கொள்வாள் என்பது. அவசரப்பட்டுவிட்டோமோ என்று தோன்றியது.

அவனை நேராகப் பார்த்தவள், தீர்க்கமாக "உன் வாழ்க்கை நல்லா இருக்கனும். நீ சந்தோஷமா இருக்கனும். நான் வேணாம். நான் அசிங்கம்" என்று அவள் எதையோ சொல்லவர, அவள் வாயை கையால் மூடியவன் "நீ தான் என் வாழ்க்கையோட சந்தோஷம்" அவனும் விடாப்பிடியாக பேசினான்.

விரக்தியுடன் சிரித்தவள் "நான் உன் வாழ்க்கைல வந்தா எந்த சந்தோஷமும் வராது... இருக்காது..." அவன் புரியாமல் பார்க்க...

அவள் "புரியல? என்னால எந்த சந்தோஷமும் உனக்குக் கிடைக்காது" என நிறுத்தியவள், கண்களை மூடி மூச்சை இழுத்துவிட்டு, அவனைப் பார்த்தாள்.

இதை அவனிடம் சொல்லவேண்டும் என நினைக்கையிலேயே, 'தன் மனதை தானே ஈட்டியால் குத்திக்கொள்ளும் உணர்வு. இருந்தாலும் சொல்லியாகவேண்டும் அவனின் வாழ்க்கைக்காக' என நினைத்தவள்...

அவன் முகம்பாராமல், கீழே பார்த்துக்கொண்டு "நீ இப்போ தொட்டயே... எனக்கு அது... அது... வேற எதஎதயோ ஞாபகப்படுத்துது. உடம்பு கூசுது... எரியுது... என்னால முடியாது சக்தி... உனக்கு சந்தோஷத்தைக் குடுக்க முடியாது"

"என்கூட முன்னாடி இருந்தவங்களையெல்லாம் ஒரு ஈனப் பிறவியா பார்த்தேன். ஒருவேளை பிற்காலத்துல உன்னுடனான கூடல்... நீ... உன்... தொடுகை அவங்களோடத ஞாபகப்படுத்திடுச்சுனா, அது எவ்வளவு பெரிய அவஸ்தை... எனக்கு மட்டும் இல்ல. உனக்கும் தான்"

வார்த்தைகள் சரியாக வெளியில் வர மறுக்க, "ஏன்னா உன்...ன... நல்லவனா மட்டும் தான் நான் பாக்கணும்... உன் தீண்டல்... வேற ஏதாச்சும் எனக்கு தோனவெச்சுடுச்சுன்னா?"அவள் சொல்லச்சொல்ல கண்களில் கண்ணீர் கொட்டியது.

சுத்தமாக உடைந்தவன், தளர்ந்து போய் சுவற்றில் சாய்ந்தான். என்ன சொல்வது அவளுக்கு. தன் தொடுகை அவளுக்கு வேறொன்றை நினைவுபடுத்துகிறது என்று சொல்லும்போது என்ன சொல்வது....

இருந்தும் தன்னைத் தன்னிலைப்படுத்துக்கொண்டு "மிது... நீ நினைக்கறது மட்டும் வாழ்க்கையோட சந்தோஷம் இல்ல மிது... அதெல்லாம் ஒரு அங்கம்... அதில்லா..." அவன் சொல்லவருவது புரிந்து அவனைத் தடுத்தவள்,

இதற்கு மேல் இதை வளரவிடவேண்டாமென முடிவெடுத்து, எதைச் சொன்னால் அவனே தன்னை விட்டுவிட்டு வேறு வாழ்க்கையை பார்த்துகொள்வானோ, அதைப் பிரயோகிக்க ஆரம்பித்தாள்.

"உனக்கு சந்தோஷத்தைக் குடுக்கமுடியலையேன்னு என் சந்தோஷத்தையும் கெடுத்துட்டு நான் வாழனும் சக்தி... அது சாபம்... உனக்கும் மட்டும் இல்ல. எனக்கும். வேணாம் எனக்கு அப்படிப்பட்ட ஒரு வாழ்க்கை "

"எனக்கு நல்லது செய்யணும்ன்னு நீ நினைச்சா, நான் நல்லா இருக்கனும்ன்னு நீ நினச்சா... போய்டு... என்னவிட்டுட்டு போய்டு... இது நீ தந்த வாழ்க்கை... நீயே பறிச்சிக்காத" கண்கள் மல்க கைகூப்பி அழுதாள்.

இதையெல்லாம் கேட்டு அவனின் இதயம் இன்னமும் துடித்துக்கொண்டிருக்கிறதா என்ற சந்தேகமே அவனுள்!!!

எதுவும் பேசவில்லை. கிளம்பிவிட்டான்... விமானத்திற்கு ஒன்பது மணிநேரம் இருந்தது. இருப்பினும் கிளம்பிவிட்டான்...!

....

"**நீ**ங்க பண்ணினது தப்பு மேடம்" சொன்னது மங்கையல்ல, ஆதவன். இதுவரை இதுபோல பேசாதவன், இப்படிச் சொன்னதைப் பார்த்த மிதுலா, புன்னகைத்துக்கொண்டு...

"எல்லாத்தையும் காலம் மாற்றும். என்னை மறந்து, அவனோட வாழ்க்கை மாற கண்டிப்பா சாத்தியம் இருக்குன்னு நம்பினேன். ஆனா ... அப்படி இல்ல போல" என நிறுத்தி அவர்களைப் பார்த்தாள்.

மங்கையும், ஆதவனும் புரியாமல் பார்த்தனர்.

❑

7

செம்மையின் செழிப்பு

மங்கையும், ஆதவனும் புரியாமல் பார்க்க... "கதைல கொஞ்சம் மிச்சம் இருக்கு... அப்பறம் சொல்றேன் காலம் மாற்றியதா இல்லையானு" என கண்சிமிட்டி செழுமையான செந்நிறப் பக்கங்களை சொல்ல ஆரம்பித்தாள்.

....

சக்தி கிளம்பி சென்றதும், வீட்டின் ஒரு மூலையில் உட்கார்ந்தவள், எழவில்லை. கண்களில் கண்ணீர் மட்டும் அதன் வேலையே செய்தது. மற்ற அங்கங்கள் நகரக்கூட இல்ல.

கிட்டத்தட்ட இருபது மணிநேரம் அப்படியே இருந்தாள். தொடர்ந்து அடித்துக்கொண்டிருந்த அழைப்பு மணி, அவளை தன்னிலைக்கு கொண்டுவந்தது. அவள் கதவைத் திறக்க, அதே மனிதர். அவளை ஏர்போர்ட்டில் இருந்து அழைத்துவந்தவர்.

"சக்தி இருக்காரான்னு பார்க்க வந்தேன்" என்றார் சம்மந்தமில்லாமல். அவன் கிளம்பிவிட்டதாகச் சொல்லி, கொஞ்சம் நேரம் பேசிவிட்டு அனுப்பிவைத்தாள். அவர் சென்றவுடன் புன்னகை முகத்தில்...

‘திருந்த மாட்ட சக்தி நீ’ என்று நினைத்துக்கொண்டு அடுத்தடுத்த வேலையில் தன்னை ஈடுபடுத்திக்கொண்டாள்.

ஆம். சக்தி தான் அவரை அனுப்பியிருந்தான். 'அவள் அப்படியே இருப்பாள். தன்னை பேசிவிட்டு சந்தோஷமாகவா இருப்பாள்?' என்றெண்ணி அவரை அனுப்பிவைத்தான் மிதுலாவைப் பார்ப்பதற்கு.

அவன் அவளிடம் பேசாவிட்டாலும், அவரை மறைமுகமாக பார்த்துக் கொள்ளச்சொன்னான்.

'அவன் பேசவில்லை' என்ற எண்ணம் வறுத்தெடுத்தாலும், 'அவன் வாழ்க்கை நன்றாக இருக்க வேண்டும்' என்று தன்னை சமாதானப்படுத்திக்கொண்டாள். அவனுடன் இருந்த நாட்களை நினைத்து தனக்குத்தானே சந்தோஷப்பட்டுக்கொண்டாள்.

அவளின் படிப்பும் முடிந்தது. சென்னைக்கு வரும் நாளும் வந்தது. 'அவன் வருவானா?' என மனம் ஏங்கினாலும், அந்த எண்ணத்தைத் தட்டிப் புதைத்துவிட்டு வெளியே வந்தாள். அவளை அழைத்துச்செல்ல வந்திருந்தவர், *NGO*'வின் வக்கீல்.

நேராக அவளை பாண்டிச்சேரிக்கு அழைத்துச்சென்றார். போய் சேர்ந்த அன்றைக்கே, அவளிடம் சில ஆவணங்களைக் கொடுத்தவர்,

"சக்தி ஸார் அஃபீஷியலா பொறுப்பில் இருந்து விலகிவிட்டார். இனி அனைத்தையும் நீங்களே பொறுப்பேற்று நடத்திச்செல்லவேண்டும்" என்றார். தானும் மேனேஜரும் உதவுவோம் என்று உறுதியளித்தார்.

கடுப்பாக வந்தது மிதுலாவிற்கு. மொத்தமாக அவன் இப்படி செல்லவேண்டுமா என்ற கோபம். எப்படிச் சமாளிக்கப்போகிறோம் என்ற எண்ணம்.

இதே யோசனையோடு, அடுத்த நாள் ஆஃபீசுக்கு வர, அங்கே வக்கீலுடன் சில மனிதர்கள் இருந்தனர்.

"இவங்க தான் *Budding Buds day care and preschool*'ஓட *CEO, Managing Director*" என அங்கிருந்த இருவரை அறிமுகப்படுத்த, மனதில் சக்தியை எவ்வளவு அர்ச்சனை செய்யமுடியுமோ அவ்வளவு செய்தாள். வந்த அடுத்த நாளே இவை அனைத்துமா என்ற கோபம்.

ஆனால் அவள் நினைத்தாற்போல் பெரிய வேலையாகத் தெரியவில்லை. இவளின் வெறும் கையொப்பமே போதுமானதாக இருந்தது. அனைத்தையும் வக்கீல் பார்த்துக்கொண்டார். கூடவே இந்தத் தொழில் பற்றித் தெரிந்த ஒருவரை மிதுலாவிற்கு ஆலோசகராக அமர்த்தினார்.

நாட்கள் சென்றன. அவளே ஒவ்வொரு விஷயத்தையும் கேட்டுத் தெரிந்துகொண்டாள்.

முதலில் வேலைப்பளு அதிகமிருந்தாலும், அது பெரிதாகத் தெரியவில்லை. அனைத்திற்கும் உதவி என்று ஒருவர் இருந்தார்.

ஒன்றின் பின் ஒன்றாகக் கற்றுக்கொண்டாள். முதலில் வக்கீல், மேனேஜர் மற்றும் ஆலோசகரிடம் அந்தந்த வேலைகளுக்கு உதவிகளை நாடியவள், பின் அவளே முடிவெடுக்கும் நிலைக்கு முன்னேறினாள்.

அந்த *Pre-School* நிறுவனத்தை வாங்கும்போது இருந்த கிளைகளை விட, இரண்டு மடங்கு பெரிதாக்கினாள். *NGO*'வை விட, இதன் மீதே பற்று அதிகம் இருந்தது. இருப்பினும் இரண்டையும் பார்த்துக்கொண்டாள்.

இது அனைத்தும் செய்தாலும், சக்தியின் முகத்தை நினைக்காத நாளில்லை. அப்பாவுக்காகச் செய்வதாக ஆரம்பித்த இந்தப் பயணம், போகப்போக, 'சக்தி எவ்வளவு தனக்காக பார்த்துப்பார்த்து செய்தான். அவனுக்காக இதை நல்லபடியாக செய்தாகவேண்டும்' என முடிவெடுத்தாள்.

'அவன் வேறு வாழ்க்கை அமைத்துக்கொண்டிருப்பானோ? யாரிடம் கேட்கலாம்' என தோன்ற... ஒருநாள் வக்கீலிடம், கேட்டுவிட்டாள். அவர், இவள் சென்னை வந்த அடுத்தநாளே அவன் அமெரிக்கா சென்றுவிட்டதாக சொன்னார்.

மனது அவனை நினைத்து ஏங்கினாலும், அதைப் பெரிதாக எடுத்துக்கொள்ளாமல் வேலையில் தன்னை ஈடுப்படுத்திக்கொண்டாள்.

இருப்பினும் தினமும் அவன் தரிசனம் கிடைத்துவிடும்... ஆம்... முன்பு போல், அவனைப் பற்றி நினைக்கும்போதெல்லாம் அவள் முன் தெரிவான். பிம்பமாக!!!

சிலசமயம் அவனாக இருக்குமோ... அன்று போல் வந்து நிற்பானோ, என்று பக்கத்திலெல்லாம் போய் பார்த்திருக்கிறாள். ஆனால் ஒரு நாளும் அவன் வரவில்லை.

"ஆமா... அவ்வளோ பேசி அவனைக் காயப்படுத்தின. எப்படி வருவான்? அவன் நல்லா இருக்கட்டும்" கண்ணாடியில் தன்னைப் பார்த்துச் சொல்லிக்கொள்வாள்.

மனது வலியால் துடித்தது. பின் அவளே "நீ வேணாம் அவனுக்கு. அவன் நல்ல மனசுக்கு நல்ல பொண்ணு கிடைக்கும். நீ வேணாம்..." என்று பலமுறை தன்னிலையை தனக்கே நினைவுபடுத்திக்கொள்வாள்.

அவன் லண்டன் வந்து சென்றபோது, அவனுடைய பெர்சனல் டைரி'யை எடுக்க மறந்து சென்றுவிட்டான் அவன் அன்றிருந்த மனநிலையில்.

அவனைப் பற்றிய அனைத்துமே அதிலிருந்தது. அந்த வருடத்தில் அவன் செய்தது, முக்கியமாக மிதுலாவின் மீதான அவன் எண்ணங்கள் என அனைத்தையுமே பதிவிட்டிருந்தான்.

மன அழுத்தம் ஏற்படும்போதெல்லாம். மறுபடியும் தனிமை சூழ்ந்துகொண்டதாக நினைக்கும்போதெல்லாம், அவன் கேட்கச் சொன்ன சில தியானம் சம்மந்தப்பட்ட இசையைக் கேட்பாள். அந்த டைரியை பார்த்துக்கொள்வாள்.

பகல் பொழுது என்றால் டேகேர் குழந்தைகளுடன் தன்னை ஈடுபடுத்திக்கொள்வாள்.

அவனை மானசீகமாக தன்னில் பாதி என்றே நினைத்தாள். அவனின் பிம்பத்துடனே வாழ்க்கையை நடத்தினாள்.

நாட்கள் வருடங்களாக ஓடின. தன் அப்பாவின் கனவுத் திட்டம்... நல்ல சேவைகளுடன், கல்வித்தரத்தை உயர்த்தும் விதத்தில் அரசாங்க அங்கன்வாடிகளை மாற்றுவது.

அன்றொரு நாள் சக்தி "நம்ம செய்வோம்" என சொன்னது நினைவிற்கு வந்தது. அவன் தன்னோடு இருந்தால்? என்ற எண்ணமும் வந்தது. அவனுக்காக இதை நேர்த்தியாக செய்யவேண்டும் என்று உறுதிகொண்டாள்.

அந்த வேலையில் முழுவதுமாக இறங்கினாள். தமிழகம் மற்றும் புதுச்சேரியில் இந்தத் திட்டத்தை செயல்படுத்த திட்டமிட்டிருந்தாள். அதற்கான முதற்கட்ட வேலைகளைத் துவங்கினாள்.

அவள் அதற்கான முதல் அடி எடுத்துவைக்க, எந்தத் தடையும் இன்றி நன்றாக சென்றது.

அவளின் பேச்சுத்திறன், அவளின் செயல் விளக்கம், அதிலும் ‘அரசாங்கம் தற்போது செலவு செய்யும் பணமே போதும். அதில் நல்ல திட்டங்களைக் கொண்டு வரலாம்’ என்று அவள் சொன்ன உதாரணங்கள், அந்த துறைசார்ந்தவர்களை மிகவும் ஈர்த்தது.

அதில் எப்படிப் பணம் பார்க்கலாம் என்ற கும்பலும் இருந்தது. அதையும் கடந்து இதில் எப்படி வெற்றி காண்பது என்பதையும் தெரிந்துகொண்டாள்.

சில சமயம் உடல் மனது என ஒருசேர்ந்து சோர்வடைந்தாலும், தனக்குத்தானே ஊக்கப்படுத்திக்கொண்டு ‘இன்னும் இன்னும்’ என்று வேலையில் ஈடுபட்டாள்.

சில விஷயங்கள் தன்னால் முடியவில்லை என்றால் வக்கீலை அணுகுவாள். அந்த வேலை அவரிடம் சொன்ன அடுத்தநாளே சரியாகிவிடும். ‘பெரிய மனிதர் போல’ என்று எண்ணினாள்.

அவள் அப்பாவின் கனவு... நிறைவேறப்போகிறது...! அதற்கு அவள் எடுத்துக்கொண்ட வருடங்கள் ஐந்து!!! அரசாங்கத்துடன் ஒப்பந்தம் கையெழுத்திடும் நாளும் நெருங்கியது.

அந்த நாள், ஒப்பந்தம் முடிந்த பின், பத்திரிக்கையாளர்கள் அவளைச் சந்திப்பதாகவும், அவளின் வாழ்க்கை, மற்றும் இந்த ஒப்பந்தம் குறித்து சந்திக்க உள்ளதாக முடிவாகியிருந்தது.

அந்தநாளிற்காக எதிர்நோக்கிக் காத்திருக்கையில் ஒரு நாள், மற்றொரு NGO அவளைத் தொடர்புகொண்டு , ‘முனைவர் பட்டம் பெற இருக்கும் இருவர், ஆய்வறிக்கைக்காக... ‘அவளின் முன்னேற்றம்’ பற்றி அறிந்துகொள்ள, நேர்காணல் எடுக்கலாமா?’ என்று கேட்டிருந்தனர்.

எப்படியும் தன்னைப் பற்றி செய்தியாளர்கள் சந்திப்பின்போது சொல்லவேண்டும் என்று நினைத்தவள், எந்தத் தயக்கமும் இன்றி இருவரையும் வரச்சொன்னாள். அப்படி வந்தவர்களே ஆதவனும் மங்கையும்!!!

இதோ இப்போது அவர்கள் இருவரும் மிதுலாமுன்.

"அப்பப்போ யோசிப்பேன்... சக்தி போனப்பறம் என்னால எப்படி எல்லாம் செய்ய முடிஞ்சது’ன்னு... நான் எல்லாம்

தெரிஞ்சுக்கறவரைக்கும், எனக்கு உதவி செய்ய எல்லாவகையிலும், எல்லாரும் தயாரா இருந்தாங்க"

"சில விஷயங்கள் என்னால முடியுமா'ன்னு நினைக்கிறப்ப, லாயர் ஸார் கிட்ட கேட்பேன். அவரும் ஏதோ அதை எதிர்பாத்தமாதிரியே அடுத்தநாளே செய்து முடிப்பார். ஆனா இப்போ தான் புரியுது..." என்று இருவரையும் பார்த்து மர்மப்புன்னகை உதிர்த்தாள்.

மங்கையும் ஆதவனும் ஒருவரையொருவர் பார்த்துக்கொண்டனர். "இது எல்லாத்துக்கும் யாரு காரணம்'ன்னு இப்போ தான் புரியுது. அமெரிக்காவும் போகாம, ஆப்பிரிக்காவும் போகாம, இங்கதான் அமிஞ்சிக்கரைல இருப்பான் போல" எனச் சொல்ல, இருவரின் முகத்தில் புன்னகை...

ஆதவன் "தேங்க்ஸ் மேடம்... உங்க டைம் எடுத்துட்டு இதெல்லாம் சொன்னதுக்கு" என சொல்ல, மங்கை, "மேடம் இதுல ஏதாச்சும் ஆஃப் ரெகார்ட் (off record) பண்ணனும்னா சொல்லுங்க. எடிட் பண்ணிடறோம்" எனக் கேட்டாள்.

"இதுல மறைக்க எதுவும் இல்ல... சோ எல்லாத்தையும் வேணும்னாலும் இன்க்ளூட் பண்ணிக்கோங்க. ஆனா கவுதம், வருண், மைதிலி மேம், கிறிஸ்டிக்கா, அவங்க பசங்க ரெண்டுபேத்து பேரையும் மாத்திடுங்க" என நிறுத்த...

மங்கை தயங்கி "சக்தி ஸார் பேரு மேடம்?" எனக் கேட்க, அவளைப் பார்த்து போலியாக முறைத்தவள் "அத உங்க சக்தி ஸார்'ட்டயே கேட்டுக்கோங்க" என்றாள்.

இருவரும் கொஞ்சம் அதிர்ந்து அவளைப் பார்க்க, ஆதவன், "எப்படிக் கண்டுபிடிச்சீங்க மேடம்? அவருதான் உங்கள பார்க்கச்சொல்லி அனுப்பினாரு'ன்னு?" ஆச்சர்யமாக கேட்டான்.

"ஹ்ம்ம்.... இந்தப் பொண்ணு... சக்தி பத்தி சொன்னவுடனே ஏதோ பல வருஷம் தெரிஞ்சவரு மாதிரி "சக்தி ஸார்" சக்தி ஸார்'ன்னு அவனப்பத்தியே பேசினதாலே... அப்போவே கண்டுபிடிச்சுட்டேன்" என்றாள் சிரித்துக்கொண்டு.

மங்கை அசடுவழிய, ஆதவன் "ஆனா, சக்தி ஸார் சொன்னாரு மேடம்... இன்டெர்வியூ முடியறதுக்குள்ள நீங்க

கண்டுபிடிச்சுருவீங்கன்னு" என பெருமையாக சொல்ல, மிதுலாவின் முகத்தில் பெருமிதம்.

தன்னை நினைத்து அல்ல... தன்னைப் பற்றிச் சரியாகச் சொன்ன சக்தியை நினைத்து...

“அப்பறம் மேடம். ஸார் அமிஞ்சிக்கரைல இல்ல. பெங்களூருல இருக்காரு. நாங்க அங்க தான் PhD பண்றோம்” என்றாள் மங்கை புன்னகையுடன்.

இவர்களிடம் ‘சக்தி எப்படி இருக்கிறான். தனக்கென வாழ்க்கை அமைத்துக்கொண்டு நன்றாக இருக்கிறானா?’ என்று கேட்டுவிட எண்ணம் கூட தோன்றியது. ஆனால் கேட்கவில்லை.

ஏதோ அவள் மனதைப் படித்தது போல, ஆதவன் "நீங்க ஒரு இடத்துல ஸார்ட்ட கேட்டீங்க... "என்ன விட்டு போய்ட மாட்டேல்ல சக்தி'ன்னு"... அதுக்கு அவர் "நீயே போ'ன்னு சொன்னாலும் போ மாட்டேன்'னு" சொன்னாரில்லையா...”

“இதுவரைக்கும் அத அவர் மறக்கல போல மேடம். உங்க கண் முன்னாடி தெரியாம இருக்கார் அவ்ளோதான்" எனச் சொல்ல மனதில் இனம்புரியாத ஒரு உணர்வு மிதுலாவிற்கு... ஆனால் வெளியில் புன்னகையை மட்டுமே பதிலாகத் தந்தாள்.

"மேடம்... அப்பறம்... உங்க லைப்ல முக்கியமான நிறைய பேர் இருந்துருக்காங்க. உங்களுக்கு ஒரு ஆப்ஷன் கிடைக்குது யாரையாச்சும் ஒருத்தர பாக்கறதுக்கு... அப்படிக் கிடைச்சா இப்போவே யாரை பாக்கணும்ன்னு நினைப்பீங்க..." மனதில் சக்தியை வைத்துக்கொண்டு கேட்டாள் மங்கை.

மிதுலா புன்னகை மாறாமல், "எனக்கு அப்பா, அம்மா, கிறிஸ்டிக்கா திரும்ப வந்தா நல்லாருக்கும்ன்னு தோணும்... ஆனா அது நடக்காது. அவங்கள தவிர்த்து வேற யாராச்சும்னா, அது கண்டிப்பா வருண். அவனைப் பார்த்த இடம் தப்பாயிருக்கலாம். ஆனா கண்டிப்பா அவனுக்குள்ள நல்லவன் இருக்கான். நான் நல்லா இருக்கறத பார்த்தா சந்தோஷப்படுவான்" என்றாள்.

"அப்போ சக்தி ஸார்..." தயங்கி மங்கை கேட்க, வெறும் புன்னகை மட்டுமே பதிலாக வந்தது.

'இங்க இருந்து அவன் வெளிய போனாதானே அவனை நான் பாக்கணும்ன்னு நினைப்பேன். அவன் தான் இங்கயே இருக்கானே...' என்றது அவளின் மனம்...

இருவரும் கிளம்ப எத்தனிக்க, மங்கை மிதுலாவை அணைத்துக்கொண்டு "மேடம்... நம்மளப் போல பெண்களுக்கு... லைப் எவளோ கஷ்டங்களைக் குடுத்தாலும் அதிலிருந்து எப்படி வெளிய வரணும்ன்னு உங்க கிட்ட இருந்து கத்துட்டேன். யு ஆர் ட்ருலி இன்ஸ்பைரிங்" என்றாள் ஆனந்தக் கண்ணீருடன்.

அவளைத் தேற்றி அனுப்பிவைத்த மிதுலாவிற்கு, நாளை நடைபெறும் ஒப்பந்தம் பற்றியெல்லாம் நினைவிற்கு வரவில்லை. அது கண்டிப்பாக நல்லபடியாக நடக்கும் என நம்பினாள். அவள் மனதில் இப்போது நினைப்பது ஒருவனை மட்டுமே.

ஒருவேளை அவன் நாளை வருவானோ? என்ற எண்ணம் வேறு இம்சித்தது...

(2)

அந்த அரங்கம் முழுவதும் மக்கள். சமூக நலத்துறை அமைச்சர் மற்றும் அந்த பிரிவில் இருக்கும் பெரிய அலுவலர்கள் அங்கே கூடி இருந்தனர்.

அழகாக படிய கட்டிய ஒரு லினன் புடவை மற்றும் தூக்கிக்கட்டியிருந்த போனி டைல். எந்த ஆபரணமும் இல்லை. ஒரு சின்ன பொட்டு. கண்ணிற்கே தெரியாத கம்மல். இவ்வளவே காட்சியளித்தாள் மிதுலா. அவளுடன் வக்கீல், மற்ற சில ஆலோசகர்களும் இருந்தனர்.

மிதுலா அனைவருக்கும் ஒரு சுருக்கமான விளக்கவுரை அளிக்க, அங்கிருந்தவர்கள் சில சந்தேகங்களைக் கேட்டனர். பொறுமையாக அனைத்திற்கும் விளக்கமளித்தாள். சில உரையாடலுக்குப்பின், இரண்டு ஆண்டுகளுக்கு ஒப்பந்தம் கையெழுத்திடப்பட்டது.

அவளின் திறமையை அமைச்சர் பாராட்டினார். அதுவும் 'பெரிய பிரதிபலனேதும் இல்லாமல், எளிய குடும்பத்தினருக்கும்

நல்ல சேவைகள், மற்றும் அவர்களின் குழந்தைகளுக்கு நல்ல கல்வி சென்றடையவேண்டும் என நினைத்து இதைச் செய்ய முன்வந்தது பாராட்டுக்குரியது' எனப் புகழ்ந்தார்.

'எந்த உதவி வேண்டுமென்றாலும் அவரை அணுகலாம்' என்று உறுதியளித்தார்.

அனைத்தும் நல்ல படியாக முடிய, மிதுலா பத்திரிக்கையாளர்கள் இருக்கும் இடத்திற்குச் சென்றாள்.

அவளுடன் துணைக்கு இருக்கிறேன் என சொன்ன வக்கீலை வேண்டாமென மறுத்துவிட்டு அவர்கள் முன் தனியாக அமர்ந்தாள்.

அவளுக்கு நன்றாகத் தெரியும் உண்மையான பரீட்சையே அங்கே தான் துவங்கப்போகிறது என.

★★★

அனைவரின் பாராட்டுப் படலத்துடன் ஆரம்பித்தது அந்த சந்திப்பு.

முதலில் ஒப்பந்தம் குறித்த சில கேள்விகளை முன்வைத்தனர். பொறுமையாக அனைத்துக்கும் பதிலளித்தாள்.

சற்று நேரம் கழித்து ஒரு பத்திரிகையாளர்: "மேடம். நீங்க இந்த ஒர்க் எடுத்து ஆரம்பிச்சது ஒரு மூணு நாலு வருஷத்துக்கு முன்னாடின்னு கேள்விப்பட்டேன். அதுக்கு முன்னாடி நீங்க பெரிசா இன்வோல்வ் ஆகல. அப்போ என்ன பண்ணிட்டு இருந்தீங்க? நீங்க எப்படி இவ்வளோ பெரிய வேலைக்கு உங்கள தயார் பண்ணிடீங்க?"

மிதுலா மூச்சை இழுத்துவிட்டு தன்னை ஆசுவாசப்படுத்திக்கொண்டாள்.

பின், தன் வாழ்க்கையில் நடந்த அனைத்தையும் சுருக்கமாகச் சொல்லிமுடிக்க, அந்த அரங்கமே நிசப்தத்தை கையிலெடுத்திருந்தது.

சிறிதுநேர மௌனத்துக்கு பின் ஒரு பத்திரிகையாளர்: "மேடம். நீங்க இவளோ வெளிப்படையா பகிர்ந்ததுக்குப்

பாராட்டுகள். ஆனா இவளோ வெளிப்படையா சொன்னதுக்கப்பறம், உங்கமேல இருக்க நம்பிக்கை அப்படியே இருக்கும்ன்னு நினைக்கிறீங்களா?"

அவள் அவரையே பார்க்க... 'அவளுக்குப் புரியவில்லை' என நினைத்த அந்த பத்திரிகையாளர்... "அதுதான் நீங்க செய்த தொழில்... ப்ராத்தல்... அது உங்களுக்குத் தடையா இருக்கும்ன்னு தோணலயா...?"

அவரைப் பார்த்து மெல்லியதாகப் புன்னகைத்தவள், "உங்க கேள்வி எனக்குப் புரிஞ்சது. இங்க இருக்கற எல்லாருக்கும், இத பாக்கறவங்களுக்கும் புரியனும் இல்லையா... இப்போ எல்லாருக்கும் புரிஞ்சுருக்குன்னு நினைக்கறேன்"

"நீங்க கேட்ட கேள்விக்கு பதில்... 'நீங்க சொன்ன, நான் செய்த அந்த தொழில்...' அத நான் எனக்காக பண்ணலனாலும், அந்த தொழில் என்னோட முன்னேற்றத்துக்கு தடையா இருக்கிற அளவுக்கு கீழ்த்தரமான தொழில் கிடையாது"

"இந்தத் தொழிலுக்கு வந்தவங்கள்ல தொன்னூறு சதவிகிதம்... அவங்களுக்குப் பிடிக்காம, நிர்பந்தத்தால, சமூகத்தினால ஒதுக்கப்பட்டு, முத்திரை குத்தப்பட்டு, வேற வழியில்லாம, இன்னும் சிலபேர், எப்படி வெளிய வர்றதுன்னு தெரியாம... இத செய்றாங்க."

"அதுனால, நீங்க சொல்ற அளவுக்கு என்னோட முன்னேற்றத்தை பாதிக்கற தொழில் கிடையாது "

இதை கேட்ட மற்றொரு பத்திரிகையாளர்: "அப்போ விபச்சாரம் பண்றது தப்பில்ல. சமூகச் சீர்கேடில்ல'ன்னு சொல்றீங்க. இல்லையா?"

அவர் கேட்ட கேள்வியில், அவளின் புருவங்கள் உயர்ந்தது, உதடுகள் கீழ் நோக்கி வளைந்தது. "உங்க கிட்ட நான் ஒரு கேள்வி கேக்கறேன். அதுக்கான பதில் நீங்க தந்தீங்கன்னா, உங்களோட கேள்விக்கும் அதுலயே பதில் இருக்கும்" என்றவள் நிறுத்தி

"நீங்க சொல்ற சமூகச் சீர்கேடான வேல செய்றவங்ககிட்ட, ஆம்பளைங்களுக்கு என்ன வேலை? அவங்க ஒழுக்கமா

இருந்தா, கட்டுப்பாடோட இருந்தா... நீங்க சொல்ற இந்த சீர்கேடான வேலைய ஏன் பெண்கள் பண்ணப்போறாங்க?"

அவர் பேசவில்லை. "உங்ககிட்ட உங்க கேள்விக்கே பதில் இல்லை..." என்றவள் "நெஸ்ட் க்வெஸ்டின்" என்றாள் புன்னகையுடன்.

அவருக்குப் பதில் இன்னொரு பத்திரிகையாளர் "அவர் கேட்ட கேள்வியை நான் சரியா கேட்கறேன்... விபச்சாரம்ன்னு ஒரு தொழில்" என்று அவர் ஆரம்பிக்கும்போது, அவள் கையைக் காட்டி அவரைத் தடுத்து

"ஃபோர் யுவர் இன்போர்மேஷன்... இதுக்கு பெயர் பாலியல் தொழில்... அண்ட் பாலியல் தொழிலாளர்கள்'ன்னு சொல்லுங்க. இந்த ப்ராத்தல்... விபச்சாரி... தாசி... வேசி... சரக்கு... ஐட்டம்... இப்படிச் சொல்ல உங்களுக்கு எந்த உரிமையும் இல்ல. பாத்து மான நஷ்ட வழக்கு கூட போடலாம்" என்றாள் அசால்டாக.

"நம்ம நாட்ல தான்... மாற்றுத் திறனாளிகள்'ன்னு சொல்லாம... ஊனமுற்றவர்கள்'ன்னு அவங்களோட குறைய சொல்லிக்காட்டுவோம்... அதுமாதிரியேதான்... ரெண்டுங்கேட்டான்... ஒம்போது... அப்படினு அவங்களோட ஊனத்தையும், குறைபாட்டையும், தொழிலையும் வெச்சு கூப்பிடற பழக்கம் இருக்கு."

"உங்கள மாதிரி விவரம் தெரிஞ்சவங்களே இப்படி பேசறது தான் ஆச்சர்யமா இருக்கு" என்றாள் ஒரு ஏளனப்பார்வையுடன்.

மறுபடியும் மௌனம்...

அதைக் கலைத்தார் ஒருவர். "நீங்க என்ன சொன்னாலும்... இது உடலை விற்று செய்யும் தொழில். அதை அரசாங்கம் வேணும்னா லீகல் பண்ணலாம். அதுக்காக எல்லாரும் ஏத்துக்கணும்ன்னு இல்ல. சிலபேருக்கு தப்பான தொழிலா தெரியலாம்"

மிதுலா ஒரு நொடி அவரைப் பார்த்துவிட்டு "ஹ்ம்ம்... உடலை விற்று... யாரு உடலை? அவங்களோட உடம்பைத் தானே?"

“தையல் வேலை செய்றவங்க... அவங்க கை கால் மூலதனமா வெச்சு... வேலை பாக்கறாங்க... கூலித் தொழிலாளி... அவங்களோட உடல் உழைப்பை மூலதனமா வெச்சு வேலைபாக்கறாங்க... அது மாதிரி தானே இதுவும்? மத்தவங்க அவங்க சுகத்துக்காக வர்றாங்க. பாலியல் தொழிலாளிகள் அவங்களோட உடம்பை மூலதனமா வெச்சு சம்பாதிக்கிறாங்க. இதுல என்ன தப்பு?”

“இதுல இன்னமும் சரியா சொல்லனும்னா, பிம்ப் அப்படின்னு சொல்ற ப்ரோக்கர், மத்தவங்க உடம்ப வித்து, அவங்க சம்பாரிக்கறாங்க... ரொம்ப சிலர் தான் வேற வழியில்லாம அவங்களே இத செய்றாங்க...”

“மத்தவங்க வாழ்க்கையை அடிச்சு ஒலைலபோடாம, துரோகம் நினைக்காம, கஷ்டப் படுத்தாம, செய்ற எந்தப் தொழிலுமே தப்பான தொழில் கிடையாது.”

“நீங்க சொல்ற கேட்டகிரி’ல டெரரிஸம்... போதைத் தொழில்... கடத்தல்... கள்ளக் கடத்தல்... ஆள் கடத்தல்... இன்னமும் சொல்லணும்ன்னா... சிகரெட் உற்பத்தி... மது உற்பத்தி... Drugs இந்த மாதிரி தொழில் கூட ஒருவகைலசேர்த்துக்கலாம். அவங்கெல்லாம் எந்தக் குற்றவுணர்வும் இல்லாம செய்றப்ப, பாவம் அம்பதுக்கும் நூறுக்கும் உடம்ப வருத்திட்டு வேல செய்றவங்கள இதுல இழுக்காதீங்க. ப்ளீஸ்”

கூட்டத்தில் இருந்த ஒரு இளைஞன் “உங்கள சின்னவயசுல கடத்திட்டு போனவங்கள உங்களால கண்டுபிடிக்க முடியலையா?”

இவ்வளவு நேரம் நன்றாக பதில் சொல்லிக்கொண்டிருந்தவள், சற்று மௌனமாகி, பின் “அப்போ நான் இருந்த நிலைமைல எனக்கு ஒன்னுமே தெரியாது. எந்த இடத்துல இருந்தேன்னு கூட தெரியாது” என்றவள்,

“ஆனா நம்ப நாட்ல தான் சின்னப் பசங்கள இந்த தொழில்ல ஈடுபடுத்தறத ரொம்ப சுலபமா பண்றாங்க. பல கருத்துக்கணிப்புல சொல்லிருக்காங்க.”

“நம்ம நாட்ல கிட்டத்தட்ட இருபதுல இருந்து முப்பது லட்சம் பேர் இந்த தொழில் பண்றாங்க. அதுவும் இதுல தொன்னூறு (90%) சதவிகிதம்... கட்டாயப்படுத்தி உள்ளே இழுக்கப்பட்டவங்க.”

“எண்பத்து ஒன்பது (89%) சதவீதம், இந்த தொழில்ல இருந்து வெளிய வரணும்ன்னு நினைக்கிறாங்க... ஆனா வேற வழி தெரியாம, கட்டாயத்துல செய்யறாங்க.”

“இதுல அதிகபட்சம் சின்ன வயசுலயே இந்தத் தொழில்ல தள்ளிவிடப்பட்டவங்க. சிறார் வன்கொடுமை (Child abuse) நம்மள மாதிரி வளரும் நாட்ல ரொம்பவே அதிகமாம்.”

“தொன்னூறு சதவிகிதம் (90%) பாலியல் தொழில் செய்றவங்களோட பொண்ணுங்களும் சின்னவயசுலயே இதுல இழுக்கப்படறாங்க.”

“சில வருஷத்துக்கு முன்னாடி நம்ம அரசாங்கத்தால நடத்தப்பட்ட கருத்துக்கணிப்புல நூத்துல, நாற்பது சதவிகிதம் (40%) இந்த தொழில்ல குழந்தைகள் தான் இருக்காங்கன்னு சொல்லிருக்காங்க.”

“அந்தக் குழந்தைகளெல்லாம் தெரிஞ்சே இது செய்றாங்கன்னு நீங்க நினைக்கிறீங்களா? இல்ல அவங்க ஒப்புதலோட (consent) நடக்கற விஷயம்ன்னு நினைக்கிறீங்களா? இவங்க பெருசாகிறப்ப எந்த நிலைமைக்குத் தள்ளப்படறாங்கன்னு தெரியுமா?”

“சரி... இதை விட்டுட்டு வேற வேலைக்கு போலாம்னாலும், அங்க ‘முன்னாடி என்ன வேலை பண்ண’ன்னு கேட்பாங்க. அப்போ இந்த தொழில் பண்ணேன்னு சொன்னா... வேலைக்கு கூப்பிடமாட்டாங்க... ஹோட்டல்க்கு தான் கூப்பிடுவாங்க”

“இதுல இன்னொரு விஷயம் என்னன்னா... இந்தத் தொழில்ல இருந்து தப்பிச்சோம் பொழச்சோம்ன்னு வெளிய வந்தா, அதன் தாக்கத்தால ஏற்படற மன அழுத்தம்... அதுனால வர்ற டிஸ்ஸார்டர்...”

“ஒன்பது வளரும் நாடுகள்ல எடுக்கப்பட்ட கருத்துக்கணிப்புல, எழுபதுல இருந்து தொண்ணூற்றி ஐந்து சதவிகிதம் (70-95%), பெண்கள் உடல் ரீதியா தவறான முறைல தாக்கப்படறாங்க.

பாலியல் வன்கொடுமை (sexual abuse)... அதுல கிட்டதட்ட எழுவது சதவிகிதம் (70%), இந்த மாதிரி மன அழுத்ததுல பாதிக்கப் படறாங்க"

"அதுல நானும் ஒருத்தி. எனக்கு சக்தியா கூட சக்திவேல் இருந்தாரு. அதுல இருந்து வெளிய வந்துட்டேன். ஆனா மத்தவங்க?"

"உங்க எல்லாத்துட்டேயும் நான் சொல்லவர்ரது என்னன்னா... நீங்க கண்டிப்பா அவங்கள மதிக்கணும், அவங்க தொழிலை மதிக்கணும்... அப்படின்னு சொல்லல..."

"அவங்கள அவமதிக்காதீங்க... அசிங்கப் படுத்தாதீங்க... அவங்களோட கடந்தகாலத்தை உங்களுக்குச் சாதகமா பயப்படுத்திக்காதீங்க... அவங்களும் மனுஷங்க தான்... நீங்கள்லாம் உண்மையான ஆண்மகனா இருந்தா ... இருப்பீங்கன்னு நம்பறேன்"

"ப்ளீஸ் டோன்ட் பை செக்ஸ் (Please Don't Buy Sex)... அது பலவிதத்துல பெண்களைக் காப்பாற்றும்..." என நிறுத்தியவள்,

"வேற ஏதாச்சும் கேள்வி இருக்கா?" என கேட்க, அங்குள்ளவர்கள் புன்னகையுடன் "இல்லை" என்று தலையசைத்தனர். அவளும் பதிலுக்கு புன்னகையை உதிர்த்தாள்.

அனைவரும் அங்கிருந்து கலைந்தனர்.

....

மிதுலா வெளியே சென்றிருந்த வக்கீலுக்காக காத்திருக்க, ஏதோ ஒரு உந்துதல். யாரோ வாசலில் நின்று தன்னைப் பார்ப்பதுபோல்.

எழுந்து அந்த அறையின் கதவருகே வந்து பார்க்க, வாசல் கதவில் கைகளைக் கட்டிக்கொண்டு, சாய்ந்து நின்றிருந்தான் சக்தி.

அவளின் மனது படபடத்தது. இவ்வளவு நேரம் நிமிர்வாக பேசியவள்... கால்கள் தள்ளாட, அறையின் கதவில் தலைசாய்த்து அவனையே பார்த்தாள். அவளுக்கு அது அவனின் பிம்பமா...?

இல்லை நிஜமாக நிற்கிறானா...? யோசிக்க முடியவில்லை... மூளையும் இயங்கவில்லை...

கண்களில் மட்டும் கோடாக கண்ணீர்... அவனையே பார்த்திருந்தாள். ஆனால் அவளுக்குத் தெரியாத ஒன்று, தூரத்தில் நின்றுகொண்டிருந்தவன் கண்களிலும் கண்ணீர் கரை புரண்டு வந்துகொண்டிருக்கிறது என்பது!!! அது பிம்பம் இல்லை என்பது!!!

மிதுலா அவன் காதலை ஏற்றுக்கொண்டாளா? சக்தியின் இத்தனை நாள் காத்திருப்பு வென்றதா? அவர்கள் சேர்வார்களா? இது காலம் முடிவெடுக்கட்டும் இல்லை வாசகர்களான உங்களிடமே விட்டுவிடுகிறேன்!!!

மாற்றம் ஒன்றே மாறாதது.

மிதுலா மனம் மாறியிருக்கலாம்!!!

இல்லை காலம் அவளை கண்டிப்பாக மாற்றும் என்ற மனநம்பிக்கையுடன்!!!

வண்ணப்பக்கங்கள் முடிவுற்றது!!!!

பின் குறிப்பு: இதில் வரும் கருத்துக்கணிப்பு விவரங்கள் அனைத்தும் கூகுளின் உதவியுடன் எடுக்கப்பட்டது!!!

❑

www.ingramcontent.com/pod-product-compliance
Lightning Source LLC
LaVergne TN
LVHW100309051026
849517LV00006B/2231